காற்றில் கட்டப்பட்ட கவிதைகள்

பிரபாகரன்

notionpress
.com

INDIA · SINGAPORE · MALAYSIA

ISBN 979-8-89724-529-1

உள்ளடக்கம்

உள்ளடக்கம்

உள்ளடக்கம்

1. தொடக்கம்

முதலில் நன்றி படைத்தவனுக்கு

கருணை நம் மேல் பொழிந்தவனுக்கு

இரவு முடிந்தது, விடியல் பிறந்தது

இன்னும் ஒருநாள் வாழக் கிடைத்தது.

புத்தம் புதிய துவக்கம் செய்வோம்.

வாழ்வின் முதல் நாள் போல நினைப்போம்.

நேற்றைய தவறுகள் நினைக்க வேண்டாம்.

நாளைய கவலைகள் இன்று வேண்டாம்.

இன்று மட்டும் வாழ்ந்து பார்ப்போம்.

முடிந்த வரையில் முயன்று பார்ப்போம்.

வெற்றியை கொஞ்சம் வென்று பார்ப்போம்

நன்றாய் தொடங்கி நன்றாய் முடிப்போம்

மறுமுறை ஒருநாள் வாழ்ந்து பார்ப்போம்

வியாபாரம்

செல் போன் மணி கேட்டு எடுத்து பேசிய போது மறு முனையில் ஒரு பெண்மணி மிகவும் அமைதியான குரலில் தெளிவாக தன்னை அறிமுகம் செய்து கொண்ட பிறகு "ஜி, நீங்க போன வாரம் நீங்க நம்ம சென்டர்ல சத்சங்கதுக்கு வந்தீங்க இல்ல, நம்ம குருஜி அடுத்த வாரம் நம்ம ஊருக்கு வரார், நீங்க தவறாம நம்ம சென்டர் மெம்பெர்ஸ் கூட குருஜிய பாக்க போகும் போது ஜாயின் பண்ணிக்கணும்" என்று சொன்ன போது, இந்த பெண்மணி இதே விஷயத்திற்காக தன்னை தொடர்பு கொள்ளும் மூன்றாவது நபர் என்று சொல்லத் தோன்றியது. நாகரீகம் கருதி வேறெதுவும் சொல்லாமல் "சரி" என்று சொல்லி இணைப்பை துண்டித்தான் நாராயணன்.கடந்த மூன்று மாதங்களாக இந்த குழுவுடன் இணைந்து இருந்தான். நண்பன் ஒருவனால் அறிமுகப்படுத்தப் பட்டு ஒரு சில மூச்சு பயிற்சிகள் கற்றுக்கொண்டாகி விட்டது. ஒவ்வொரு ஞாயிரும் இந்த குழு கூடி இந்த பயிற்சியை தொடர்ந்து கொண்டு இருந்தனர். நடு நடுவே போன் செய்து "பயிற்சி

கன்டினியு செய்யறீங்களா" என்று மாஸ்டர் என்று அழைக்கப்பட்ட நபர் விசாரித்துக் கொண்டு இருந்தார். "இந்த வாரம் புது பேட்ச் ஒன்னு ஆரம்பிக்கிறோம், உங்க நண்பர்கள் யாரையாவது சேர்த்து விடுங்க" என்ற ஒரு கோரிக்கையும் வந்து கொண்டு இருந்தது. வாரம் ஒரு முறை பஜனையும், பண்டிகை நாட்களில் சிறப்பு நிகழ்ச்சிகளும், குண்டலினி யோகம் பற்றிய விவாதங்களும் தவறாமல் நடந்து கொண்டு இருந்தது. நிகழ்ச்சியில் கலந்து கொள்ளும் அனைவரும் யோகத்தின் உச்சியை தொட்டுவிட்டவர் போல் நடந்து கொண்டனர். சென்டரில் மாட்டப் பட்டு இருந்த தாடி வைத்த குருஜி அமைதியாக எல்லாவற்றையும் பார்த்துக்கொண்டிருந்தார். சிந்தனையில் மூழ்கி இருந்த நாராயணனை தெருவில் கேட்ட பேச்சு ஈர்த்தது.

"எங்க வீட்ல அஞ்சு ஓட்டுங்க, ரெண்டாயிரம் தான் இது வரைக்கும் குடுத்தாங்க" என்று நைட்டி அணிந்து, மேலே போர்த்தி இருந்த துண்டையும், இடுப்பில் இருந்த குழந்தை யையும் சரி செய்தபடி அந்த பெண்மணி, குட்டையாய், தலைக்கும், மீசைக்கும் டை அடித்து, வெள்ளை சட்டையும் கரை வேட்டியும் அணிந்து இருந்த அந்த ஆளைப் பார்த்து கேட்டுக்கொண்டு இருந்தாள். "பாத்து பண்ணிடலாம்மா, என்று சொல்லியபடியே, அந்த கரை வேட்டி தன் கூட்டதோடு, தான் கொண்டு வந்த காகிதத்தில்ஏதோ குறித்துக் கொண்டு

நகர்ந்துது. தனது வீட்டில் எத்தனை ஓட்டு, எத்தனை ஆயிரம் என்று கணக்கு செய்து கொண்டு உள்ளே வந்த போது,

டிவியில் ஒரு பெரியவர் இளைஞர்களைப் பார்த்து "உங்களுக்கு என்ன தெரியும்? நீங்க யாராவது கேள்வி கேட்டு இருக்கீங்களா? நான் ஒரு ஆளா இத்தனை கேஸ் போட்டு இருக்கேன் தெரியுமா?" என்று உரத்த குரலில் பதில் அளித்துக் கொண்டு இருந்தார். இடுப்பு வேட்டி, மேல் அங்கவஸ்திரம், நெற்றியில் பெரிய நாமம் என்று கூட்டதில் இருந்து தன்னை தனியாக அடையாளப் படுத்திக் கொண்டு இருந்தார். அனுஷ்டானம், ஆச்சாரம் என்று பேசியவர் கையில் நவீன செல் போனுடன் இடை இடையே பிழை இல்லா ஆங்கிலம் கலந்து பேசிக்கொண்டு இருந்தார். ஹாலில் அப்பா ஓய்வு நாற்காலியில் சாய்ந்தபடி

"இவர் மாதிரி ஆள் எல்லாம் இல்லன்னா நம்ம கோவில் எல்லாம் யாரும் காப்பாத்த முடியாது, பாவிங்க எவ்ளோ கொள்ளை அடிக்கிறானுங்க, ஹி இஸ் டுயிங் எ கிரேட் ஜாப்" என்று பாராட்டிக் கொண்டு இருந்தார். காலத்திற்கு தகுந்தவாரு ஆங்கிலமும், செல்போனும் உபயோகிக்க கற்றுக் கொண்டவர், உடையில் மட்டும் ஏன் மாற்றம் செய்யவில்லை? ஆதி அந்தம் இல்லா அருட் பெறும் ஜோதிக்கு இதெல்லாம் ஒரு பொருட்டா? ஒரு அலட்டல், தான் சொல்வதுதான் சரி என்னும் ஒரு தொனி அவர் பேச்சில் தென்பட்டது. வீம்புக்காக

வேடம் இட்டு இதை மாற்றிக் கொண்டால் ஊர் என்ன சொல்லுமோ என்ற எரிச்சல் அவர் குரலில் தெரிந்தது. இன்னும் இவருக்கு கை தட்டல் அதிகம் வேண்டுமோ? எவராவது கேள்வி கேட்டால், "நீங்க என்ன செஞ்சீங்க "என்று முகத்தில் அறைவது போல் பதில் வரும். வெறும் வயிற்றில் கடவுள் தேடல், போராட்டம், தியானம் என்பது இயலாது என்று ஏன் இவர் புரிந்து கொள்ளவில்லை. இவர் நன்றாக சம்பாதித்து, சேமித்து வைத்து, தன் வாழ்கையை கட்டமைத்துக் கொண்டபின் வேஷம் மாறியதோ?" நான் மட்டும் கோர்ட் கோர்டா அலையறேன், நீ ஒன்னும் பண்ணாம என்ன கேள்வி கேக்க கூடாது "என்பது எவ்வளவு அபத்தம்.

மறுபடியும் செல் போன் மணி அடிக்க, மறு முனையில், "ஹலோ, நாராயணன், நேத்து அந்த கஸ்டமர் மீட்டிங் என்ன ஆச்சு? எப்ப ஆர்டர் வரும்" என கேட்டுக் கொண்டு இருக்க, நாராயணன் பதில் சொல்லிய படியே ஜன்னல் அருகே வந்த போது, நான்கு பேர் மாடு பூட்டிய வண்டியில் ஒரு சாமியார் படத்தை வைத்து எடுத்துச் சென்று கொண்டு இருந்தனர்.....

2. காலமும் கடவுளும்

காலமும் கடவுளும் வெவ்வேறில்லை

மனிதன் இதனை அறிவதே இல்லை

காலம் கடவுளின் பிரதிநிதி ஆகும்

காலம் கனிந்தால் கடவுள் திறக்கும்

இதனை அறிந்தவர் அமைதி காப்பர்

அமைதியுடன் பொறுமை காப்பர்

அவசர குடுக்கைகள் நாம் எல்லோரும்

அங்கும் இங்கும் அலைந்து திரிந்தோம்

கால நேரம் இயற்கை அறியும்

சூரியன் நண் பகல் உதிப்பதில்லை

வாரத்திற்கொருமுறை பௌர்ணமி இல்லை

அவசரப் பட்டோம் அமைதி குலைத்தோம்

எதற்கு இந்த அவசரம் புரியவில்லை

வேஷம்

குனிந்து கண்ணாடியைப் பார்த்து புருவ மத்தியில் சந்தனப் பொட்டு வைத்து நிமிர்ந்த போது முன் நெற்றி நரை மறுபடியும் கவனத்தை ஈர்த்தது. வீட்டை விட்டு ஆசிரமம் வந்து சேர்ந்து பதினைந்து வருடங்களுக்கு மேல் ஆயிற்று. கல்லூரி வயதில் தாடி வைத்த சாமியாரின் பேச்சில் ஈர்க்கப்பட்டு, அவரை தேடித் தேடி பேசிய பேச்செல்லாம் கேட்டு மிகப் பெரிய போராட்டத்திற்குப் பிறகு ஆசிரமம் சேர்ந்து துறவறம் எடுத்துகொண்டாகி விட்டது. மழித்த தலையும், காவி உடையும், மூச்சு பயிற்சியும், நல்ல உணவும் பழக்கப்பட்டு விட்டது. இது வேறு ஒரு விதமான வேஷம். ஆங்கிலம் பேசி, அலுவலகம் சென்றோ, வியாபாரம் செய்தோ யாருக்காகவோ வாழ்வது போல் இதுவும் ஒரு வேஷம்.

கடவுளைத் தேடி தொடங்கிய பயணம், வேறு எதையோ செய்வதில் கழிந்தது. இயல்பாக இருப்பது என்பது மிகவும் கடினமாக இருந்தது. காவி உடையில் எப்போதும் அமைதியாக இருப்பது போல் சிரித்துக் கொண்டு இருக்க வேண்டும்.

கோபம் தவிர்க்க பழக வேண்டும். பிரம்மச்சர்யம், கிருஹஸ்தம், வானப்ரஸ்தம், சன்யாசம் என்று வாழ்கையை ஏன் பிரித்தனர்? நான் மட்டும் ஏன் முதல் நிலையிலேயே இத்தனை நாள்? சாவுதான் சன்யாசமா? அதுவரையில் இந்த வேஷமும், சந்தன பொட்டும், பஜனையும், பாடலும், அமைதியான சிரிப்பும் தினம் தினம் அணிய வேண்டுமோ? காலை வேளை பூஜைக்கான ஆயத்தங்கள் நடந்து கொண்டு இருப்பதற்கான அறிகுறிகள் வெளியில் தென் பட்டன. துறவி நிமிர்ந்து கண்ணாடியை பார்த்து ஒரு பெரு மூச்சு விட்டு, நன்றாக அகலமாக சிரித்து இறைவனை பெயர் சொல்லி அழைத்தார். அறையை விட்டு வெளியேறி வாசலுக்கு வந்த போது, "சீருடை" அணிந்த காவலாளி கை கூப்பி வணக்கம் சொல்லிக் கொண்டு இருந்தார். கை கூப்பி பதில் வணக்கம் சொல்லிய போது மீண்டும் முன் நெற்றி நரை நினைவில் வந்தது......

3. தேவைகள்

நல்ல பெற்றோர், உறவுகள் வேண்டும்

தாயை மதிக்கும் தந்தை வேண்டும்

புரிந்து பழகும் தோழமை வேண்டும்

தூய்மையான இல்லம் வேண்டும்

நல்ல காற்று, குடிநீர் வேண்டும்

எச்சில் இல்லா பண்டம் வேண்டும்

எளிமையான உணவு வேண்டும்

சோம்பல், சலிப்பில்லாத வாழ்க்கை வேண்டும்

நன்றி மறவா நெஞ்சம் வேண்டும்

எல்லோர்க்குதவும் எண்ணம் வேண்டும்

உதவிட வேண்டிய வசதிகள் வேண்டும்

இயற்கை, விலங்கு, பறவை எல்லாம்

கருணையோடு மதித்திட வேண்டும்

நித்திரை நித்தம் நிகழ வேண்டும்

பூமியை வலம் வரும் ஆர்வம் வேண்டும்

தேடல் என்பது இயல்பாய் வேண்டும்

குருவின் திருவருள் அமைய வேண்டும்

மரணம் பற்றிய புரிதல் வேண்டும்

புரிந்த பின்னே மரணம் வேண்டும்

பேரொளி

"செம்மை நலம் அறியாத சிதடரொடுந் திரிவேனை

மும்மை மலம் அறுவித்து முதலாய முதல்வன்தான்

நம்மையும் ஓர் பொருளாக்கி நாய் சிவிகை ஏற்றுவித்த

அம்மை எனக்கு அருளிய ஆறு ஆர் பெறுவார் அச்சோவே...."

கடைசி திருவாசக பாடல் படித்து முடித்து புத்தகத்தை மூடிய போது ஏதோ ஏக்கமா, ஏதோ புரிந்து விட்டது போன்ற சந்தோசமா என்ற இனம் புரியாத ஒரு உணர்வு சூழ்ந்தது. பல ஆயிரம் ஆண்டுகளுக்கு முன் எங்கோ ஒரு முப்பத்தி இரண்டு வயது இளைஞன் அதிசயப்பட்டது ஆச்சர்யம் அளித்தது. "முதலாய முதல்வன்" என்று எப்படி அறிந்து கொண்டான்? தன்னை "நாய்" என ஏன் அழைத்துக் கொண்டான்? பாண்டிய மன்னனின் அமைச்சன் எதை வேண்டுமானலும் அடைந்து இருக்கலாம். கை கட்டி சேவகம் செய்ய ஆயிரம் பேர் இருக்க, கை தட்டி அழைத்தால் ஆயிரம

பெண்கள் இருக்க, அதை விடுத்து "முதலாய முதல்வன்" என்று அந்த பேரொளியை ஏன் தேடிக் கொண்டு இருந்தான் என்று புரியவில்லை. கம்ப்யூட்டரும், செல் போனும், சினிமாவும் இருந்து இருந்தால், வெள்ளை வேட்டி வெள்ளை சட்டை அணிந்து வேறு எந்த முதல்வனையாவது பாடி இருப்பானோ? குதிரை வாங்க சென்றவனை கோவில் கட்டச் சொன்னது எது? சிவன் அந்தணன் வடிவில் தோன்றி இந்த இளைஞர் சொல்ல அனைத்து திருவாசக பாடல்களையும் தன் கைப் பட சிவனே எழுதியதாக அனைவரும் கதை சொல்லிகொண்டு இருந்தனர். "மெய்யே உன் பொன்னடிகள் கண்டுன்று வீடுட்றேன்" என்று வீடுற்றபின் பாட்டு ஏன் பாடிக் கொண்டு இருந்தான் என தெரியவில்லை. செம்மை நலம் அறியாத அறிவிலிகள் அப்போதும் இருந்து இருக்கிறார்கள். முப்பத்தி இரண்டு வயதில் அனைத்தையும் கொட்டித் தீர்து விட்டு, பேரொளியுடன் கலந்து விட்டான். இதுதான் என்னுடைய அழுகை, நான் கடந்து விட்டேன், நீயும் உன்வழியில் முயற்சி செய் என்று சொல்லி சென்று விட்டானோ?

"நம்மையும் ஓர் பொருளாக்கி நாய் சிவிகை ஏற்றுவித்த" என்ற வரிகள் மனதை விட்டு அகலவில்லை...

4. முதுமை

முதுமை என்பது இன்னொரு துவக்கம்
வாழ்வின் இதுவே கடைசி துவக்கம்
பயணக்களைப்பு நிச்சயம் இருக்கும்
மறுபடி வாழ்ந்திட மனது துடிக்கும்
பயணக்களைப்பு மனதை அடக்கும்.
தனிமை இல்லா முதுமை வேண்டும்
கூப்பிடு தூரம் சுற்றம் வேண்டும்
நோயற்ற வாழ்வும் குறைவற்ற
செல்வமும் நிச்சயம் வேண்டும்
போதும் என்ற எண்ணம் வேண்டும்
விலகி நிற்கும் பக்குவம் வேண்டும்
சிவ சிந்தனை என்னை ஆட்கொள்ள வேண்டும்
மெதுவாய் 'இதனை' மறந்திட வேண்டும்
மகிழ்ச்சியான மரணம் வேண்டும்.

ஆட்டம்

"வெற்றி" இந்த மூன்றெழுத்துதான் உலகத்தின் அனைத்து நிகழ்வுகளுக்கும் காரணம். யார் யாருக்கு சமம் என்பதை விட யார் யாரை விட உயர்ந்தவர் என்பதில்தான் மொத்த மனித குலமும் கவனம் செலுத்திக் கொண்டு இருக்கிறது. வெற்றி என்பது பலவிதம். "எனக்கு சாமி தரிசனம் ரொம்ப நல்லா கெடச்சுது" என்று சொல்லும் போது தனக்கு தரிசனம் கிடைத்த சந்தோஷத்துடடன் எதிரில் உள்ளவனுக்கு கிடைக்க வில்லை என்ற நூலிழை போன்ற ஒரு எண்ணமும் ஒரு வகை வெற்றிதான். இது இன்று நேற்று சொல்லிக் கொடுக்கப்பட்டது அல்ல. மனிதன் மறக்காமல் இருக்கும் மிருக குணம். வெற்றி நோக்கி ஓடு, இல்லை என்றால் ஓடுவது போல் நடி. கூட்டத்துடன் சேர்ந்து "வாழ்க" சொல். வெற்றி பெற்றவர்களுடன் சேர்ந்து இரு. இந்த இலக்கணப்படிதான் எல்லாம் நடந்து கொண்டு இருந்தன. வெற்றி பெற்றவன் வாழ்கை பூதக் கண்ணாடி கொண்டு ஆராயப்படும். அனைத்து அசைவுகளும் விமர்சிக்கப்படும். எப்போது கீழே விழுவான் என காத்து இருக்கும். விழுந்தவுடன்

விலகி ஓடும். கை தட்டி "எனக்கு அப்பவே தெரியும், பெரிய பிராடு பா அவன்", "அவுரு புது வண்டி வாங்கி இருக்காப்ல, எப்படியா காசு வருது?" என்று கேன்டீனில் சாப்பிட்டுவிட்டு பல் குத்திக் கொண்டு கேள்வி கேட்கும். வெற்றி பெற்றவன் ஒரு பழுத்த மரம் போன்றவன். பூவும், காயும், பழமும் இருக்கும் வரை அனைவருக்கும் பயன் படும். கல் எறிந்து பழம் திருடியவனுக்கும் அது தேவைப் படும். பயன் இல்லை எனில் வேரோடு பிடுங்கி எறியப்படும்.

காந்திலால் ஷாவும் இரண்டு நாட்களாக நிறைய கல்லடி வாங்கிக் கொண்டு இருந்தார். இது புதிது இல்லை என்றாலும், எதற்கு அடி படுகிறோம் என தெரியாமல் அடி வாங்கிக் கொண்டு இருந்தார். எத்தனை நாள் இந்த தாக்குதல் தொடரும், யார் தாக்குகிறார்கள் என்பது தெரியாமல் அவஸ்தைப் பட்டுக் கொண்டு இருந்தார். அர்ஜுனை வீழ்த்த தன்னை அபிமன்யுவாக்குகிறார்களோ என்ற சந்தேகம் எழுந்தது. இருபத்தியொரு வயதில் பம்பாயில் வைரம் பட்டை தீட்டுதலில் ஆரம்பித்து, வைரம் வாங்கி விற்கும் வியாபாரம் செய்து வாழ்கையை தொடங்கிய குஜராத்தி இளைஞன் இப்படி இந்த உயரம் அடைந்தது எப்படி என்று ஒரு கேள்வி எப்போதும் எல்லோர் மனதிலும் ஓடிக்கொண்டு இருந்தது. இத்தனை நாள் தெளிவாக காய் நகர்த்திய காந்திலால், சறுக்கியது எங்கே என்று மூளையை குடைந்து கொண்டு இருந்தார். யாரோ யாரையோ பழிவாங்க இவர் மீது அம்பு

எய்து கொண்டு இருந்தனர் என்பது தெளிவாக புரிந்தது. எவனோ ஒரு வெள்ளையன் பற்ற வைத்த நெருப்பு திட்டமிட்டு ஊதி பெரிதாக்கப் பட்டது. ஒரு வாரமாக அனைத்து நிருவனங்களின் பங்குகளும் கடுமையாக சரிந்து கொண்டு இருந்தன. இத்தனை நாள் கவனமாக ஊதி பெரிதாக்கிய பலூனில் ஊசி ஏற்றி வெடிக்க வைக்கப்பட்டது. டிவி யிலும் பத்திரிகையிலும் காந்திலால் பற்றி பேசி பேசி ஓயவில்லை. அனைவரும் கண்ணீர் அஞ்சலி செய்ய காத்து இருந்தனர். திருப்பி அடிக்கவேண்டும் என்கிற வெறி தலைக்கு ஏரியது. இல்லை என்றால் பேசிப் பேசியே சமாதி கட்டி விடுவார்கள் என தெளிவாக புரிந்தது. ஆனால் என்ன செய்வது என்று விளங்க வில்லை. கொஞ்ச நாள் அமைதி காக்கும்படி அறிவுறுத்தப்பட்டது. "குச் தின் ஆராம் கரோ, தேக்தே ஹைன்" என்று சமாதானம் சொல்லப்பட்டது.

காந்திலால் எழுந்து நின்றார், கோப்பையில் இருந்த கடைசி சொட்டு டீயை உறிஞ்சி குடித்தபின், இன்டர்காமில் யாரையோ அழைத்து ஏதோ உத்தரவிட அடுத்த முப்பது நிமிஷதில் அவரது அலுவலகம் பரபரப்பகியாது. துபாய், லண்டன், அமெரிக்கா என அனைத்து இடங்களிலும் தொலைபேசி அலறியது. குஜராத்தியிலும், ஆங்கிலதிலும், ஹிந்தியிலும் தொடர்ந்து விவாதிக்கப்பட்டது.

அபிமன்யு வெற்றி அடைவதாக கருவழுற்று சக்ர வியூகத்தில் நுழைந்தான். "கடமையை செய் பலனை எதிர் பாராதே" என்ற கண்ணனின் வார்த்தைகள் அர்ஜுனனின் நினைவுக்கு வந்தன. அர்ஜுனன் அடுத்த வெற்றிக்கு திட்ட மிட்டு கொண்டிருக்க, கௌரவர் சேனை அபிமன்யுவை சுற்றி வளைத்தது.

5. பயணம்

தன்னை அறிதல் என்பது என்ன?

தன்னை அறிந்தால் என்ன கிடைக்கும்?

ஏதாவது கிடைக்கும் என்றால்,

தன்னை அறிந்தவர் எங்கும் இருப்பரே?

தன்னை அறிதல் உலகின் பொருட்டா?

புகழை அடையும் ஆசையின் பொருட்டா?

ஆசையை விட்டொழி என்றனர் பெரியோர்

தன்னை அறிய விழைவதும் ஆசை தானே?

பற்பல முனிகள், பெரியோர், தவசிகள் எல்லாம்

முயன்று பார்த்த ஆட்டம் தானே?

என்னை நான் ஏன் உணர்ந்திட வேண்டும்?

எனக்கு மட்டும் ஏன் இந்த கேள்வி?

நண்பர்கள், சுற்றம் மற்றவரெல்லாம்

எள்ளி நகைத்தனர்,

அடுத்த களவுச் சாமியார் என்றனர்.

தன்னுள் புகுந்து ரமணன் அறிந்ததும்,

அண்ணாமலையா என்று அமர்ந்ததும்,

சாவை வாழ்ந்து உணர்ந்ததும்,

தன்னை அறிந்ததின் அனுபவம் தானே?

அவர் அவர் அனுபவம் அவரவருக்கு

மற்றவருக்கு முழுதும் மொழிந்திட இயலா,

தேடும் வழியும், மொழியும், தேவைக்கேற்ப

அருள் அமைத்து அளிக்கும்.

குழப்பமுற்றேன் குருவை நினைந்தேன்

புருவ மத்தியில் நினைவை நிறுத்தி

குருவை அழைத்தேன்,, அருளிடப் பணித்தேன்

நினைவுகள் அலையில் குருவை மறந்தேன்

பயணம் தொடரும்...

கடைசியாக ஒரு முறை கண்ணாடி முன் நின்று பார்த்து கொண்டான் பரசுராமன். வெள்ளை வேட்டியும், வெள்ளை சட்டையும் கருப்பு நிற தோல் நிறத்திற்கு கச்சிதமாக இருந்தது. கொஞ்சம் நெருங்கி கண்ணாடி முன் சென்று மீசையை உற்றுப் பார்த்து இரண்டு பக்கமும் சரியாக உள்ளதா என பார்த்துக் கொண்டான். ஒரு ஓரமாக இருந்து ஒற்றை வெள்ளை முடியை சாயம் பூசி சரி செய்ய வேண்டும் என மனதில் ஓடியது. கட்டை விரல் அளவு விபூதி எடுத்து நெற்றியில் இட்டுக் கொண்டபின், கொஞ்சம் ஐவ்வாது எடுத்து தண்ணீரில் நனைத்து காதோரமும், கொஞ்சம் கழுதிலும் தடவிக் கொண்டான். "பரசுராமன் என்னும் நான்" என்னும் வாசகம் எப்போதும் மனதில் ஓடிக் கொண்டு இருந்தது. இந்த இடத்திற்கு வருவதற்கு நிறைய அடி வாங்க வேண்டி இருந்தது. தனக்கு என்று ஒரு இடமும், தன்னை சுற்றி ஒரு கூட்டமும் எப்போதும் இருக்கும்படி பார்த்துக் கொள்வது மிகவும் கடினம்.

"தமிழ்", இந்த மொழியின் வலிமையை, அது ஏற்படுத்தும் தாக்கத்தை, அது எப்படி உணர்ச்சி வசப்பட வைக்கும் என்பதை இளம் வயதிலேயே நன்கு அறிந்தது மிகப் பெரிய பலமாக அமைந்தது. உணர்ச்சி வசப்படும் கூட்டம் நன்கு யோசிக்காது எனற தந்திரம் மிக விரைவில் பிடி பட அடுத்த அடுத்த நகர்வுகள் எளிதாக இருந்தன.

கூட இருந்த அனைவருக்கும் இந்த கனவு இருந்தது. நன்கு படித்து வாழ்கையில் முன்னேறுவதில் உள்ள உழைப்பை விட இது எளிதாக தோன்றியது. அதீதமான அன்பும், நட்பும், அக்கறையும், மரியாதையும் போலி என்று தெரிந்தும் பரஸ்பரம் பரிமாறிக் கொண்டனர். எப்படி புதிய அடைமொழி கொண்டு அழைக்கலாம், எப்படி பரசுராமனின் கவனத்தை ஈர்க்கலாம் என்ற போட்டி எப்போதும் அந்த கூட்டத்திற்கு இருந்தது.

அறையை விட்டு வெளியே வந்த பரசுராமனை அனைவரும் சூழ்ந்து கொண்டனர். வெளியே கேள்வி கேட்க ஒரு கூட்டம் காத்து கொண்டு இருந்தது.

கூட இருந்த கூட்டத்திற்கும், கேள்வி கேட்க காத்திருந்த கூட்டதிற்கும் ஒன்றும் வித்தியாசம் இல்லை. எந்த எலும்பு துண்டு யாருக்கு வீச வேண்டும், என்பது பரசுராமனுக்கும், எந்த கேள்வி கேட்டால் எலும்பு துண்டு கிடைக்கும் என மற்றவர்களுக்கும் பரஸ்பரம் தெரிந்து இருந்தது.

சாலையில் செல்லும் ஜனங்களுக்கு இதை பற்றிய அக்கறை எதுவும் இருந்ததாக தெரிய வில்லை. ஹெல்மெட் அணிந்து கொண்டு ஒரு தாய் ஸ்கூட்டியில் பள்ளியில் இருந்து குழந்தையை அழைத்துச் சென்று கொண்டு இருந்தாள். டீ கடையில் பைக் ஸ்டாண்ட் போட்டு விட்டு, டை கட்டி இருந்த மூன்று இளைஞர்கள் கையில் சிகரெட்டுடன் டீ குடித்துக் கொண்டிருந்தனர். அருகில் உள்ள பிளாட்டில் இருந்து ஒரு வயதான அம்மா "செக்யூரிட்டி, மோட்டார் ஆன் பண்ணுப்பா, டேங்கல தண்ணி தீர்த்து போச்சு" என்று சொல்ல அந்த வயதான செக்யூரிட்டி மோட்டார் ஆன் செய்து விட்டு, தலை குனிந்து மொபைல் போனில் ஏதோ பார்த்து தனக்கு தானே சிரித்துக் கொண்டு இருந்தான். டிவிஸ் பிப்டியில் குடுமி வைத்த சாஸ்திகள், மேல் அங்கவஸ்திரம் காற்றில் பறக்க எங்கேயோ ஹோமத்திற்கு வேகமாக சென்று கொண்டு இருந்தார். இலவச பஸ்சிற்காக சில பெண்மணிகள் காத்திருந்தனர். காலையில் எழுந்து காலைக் கடன்களை முடிப்பது போல் வாழ்கை அனைவருக்கும் நகர்ந்து கொண்டு இருந்தது.

கேள்வி பதில், சொன்னபடியே முடிய, பரசுராமன் ஐந்து பேருடன் வண்டியில் ஏறி புறப்பட்டான்... "பரசுராமனாகிய நான்" மறுபடியும் மனதில் ஒலிக்கத் தொடங்கியது....

6. அனுபவம்

சிவம் எம் சிந்தையில் நிறைந்தது

நிறைந்த சிந்தனை நித்திரை குறைத்தது

கனவிலே சிவனைக் கண்டேன், காட்சி

நினைவில் உறையக் கண்டேன்

சிவனடியார் சிலரையும் கண்டேன்,

பார்வதி, முருகன், கணபதி என

குடும்பம் முழுவதும் கூடவே கண்டேன்

சூசகமாய் சொன்னாய் செய்தி,

சொன்ன செய்தி விளங்கவில்லை,

இதுவரை இப்படி நிகழ்ந்ததில்லை,.

எவரையும் கேட்க தோன்றவில்லை

அமைதியின் அனுபவம் தொடர்ந்தது

நெஞ்சில் நின்ற அச்சம் அகன்றது

செய்யும் செயலில் கவனம் வளர்ந்தது

எதிர்பார்ப்பற்ற எண்ணம் வளர்ந்தது

கருவமும் கொஞ்சம் கூட வளர்ந்தது

பயணம் இன்னும் தொடங்கவில்லை

என் மனம் இதனை அறியவில்லை

கூச்சல், குழப்பம் அடங்கவில்லை

விளம்பரம் இன்னும் வீழவில்லை

தேடல் இங்கே எல்லோர்க்கும் உண்டு

தேவைக்கேற்ற தேடுதல் இல்லை

தேவை எதுவென்று தெரியவில்லை

ஆணும் பெண்ணும் ஒருவரை ஒருவரும்

படிப்பும், பட்டமும், வீடும், வாசலும்

பொன்னும், பொருளும், ஆடலும் பாடலும்

ஞானமும், கல்வியும், சாகா வாழ்வும்

தேடும் வகைகளில் சில வகை

தேடி தேடி சலித்த பின்பும், தேடுதல்

முடிவற்றதென்று அறிந்த பின்பும்

தேடும் வேலை தொடர்ந்தே நடக்கும்

தேடிச் சலித்ததில் நானும் ஒருவன்

இன்னும் ஓடிக் கொண்டிருப்பவன்.

பேரருள் தந்த குருவின் திருவருள்

தேடும் வழியில் தெளிவைத் தந்தது

தேடுதல் பற்றிய கேள்வி எழுந்தது

தேடுதல் முதல் முறை உள்ளே நடந்தது

இது இருட்டில் குருடனின் தேடும் முயற்சி

முயற்சியினால் வந்தது அயர்ச்சி

முயன்ற பலரை கேட்டு பார்த்தேன்

கேள்வி ஒன்று பதில் பல,

சும்மா இரு என்றனர் சிலர்,

தியானம் பழகச் சொன்னவர் சிலர்,

என் வழி தனி வழி என்றனர் சிலர்,

யோகம் செய் என்றனர் சிலர்,

யாகம் செய் என்றனர் சிலர்,

எல்லாம் விடு, இமயம் செல் என்றனர் சிலர்

மனிதன் புத்தி,

வாங்கி விற்கும் சந்தை புத்தி,

முயற்சி இன்றி அடையும் யுத்தி

குறைந்த விலையில் கடவுளை வாங்கும்

முயற்சியில் முயன்றேன்.

தியானம் செய்தேன், யோகம் செய்தேன்

முடிந்த யாவையும் முயன்று பார்த்தேன்

உள்ளே குருவாய் இறைவன் சிரித்தான்

அடிபேன்

இந்த பொங்கல் வந்தால் ஐம்பத்து ஐந்து வயது கடந்து விடும். கொடிக் கம்பத்தின் கீழ் சற்று இளைப்பாரலாம் என உட்காந்தவருக்கு வயதின் ஞாபகம் ஏன் சட்டென்று வந்தது என தெரியவில்லை. முன் நெற்றி வியர்வையை துடைத்தபடியே யோசித்த போது பதினைந்து, பதினாரு வயதில் அப்பாவுடன் முதலில் கட்சி கூட்டத்திற்கு போனது நினைவு வந்தது. தலைவர், தலைவர் என்று அப்பா ஓடியது, கொடி கட்டவும், ஆள் சேர்க்கவும் அலைந்ததும் நேற்று போல் உள்ளது. அப்பாவிற்கு பிறகு இவர். தலைவரின் மொழிப் பற்று, தலைவரின் பேச்சு, சொன்ன உண்மையான பொய்கள் அனைத்தும் கவர்ந்தது. மாணவர் அணி, இளைஞர் அணி என்று படிப் படியாக முன்னேறியதில் படிப்பு பாழானது. தலைவர் முன்னிலையில் திருமணமும், பிள்ளைக்கு தலைவன் பெயர் வைத்ததும் தவிர வேறு ஒன்றும் பெரிதாய் நடக்கவில்லை. கூட்டதுடன் ஓடி ஓடி, ஒன்றும் புரியாமல் கோஷமிட்டு தலைவன் அழைப்பை ஏற்று போராடி அடிவாங்கியதுதான்

மாறி மாறி நடந்தது. இன்னும் ஒரு கவுன்சிலர் பதவி கூட பிடிக்க முடியவில்லை. இது ஒரு மாதிரியான போதை, புலி மேல் செய்யும் சவாரி. நேரம் ஆக ஆக மீள்வது கடினம்.கரை வேட்டியும் அது தரும் போதையும் மற்றவர்களுக்கு புரியாது.

வாழ்கையை வீணடித்து விட்டோமோ என்ற நினைவை பைக் சத்தம் கலைத்தது. "என்னா இங்க ஒக்காந்துனுகிற, அண்ணன் கட்சி ஆபீஸ்க்கு வர சொல்லிச்சி, வரல?" என்று அழைக்க, ஒரு வருங்காலம் வண்டி ஓட்ட இறந்த காலம் பின்னால் உட்கார்ந்து சென்றது. சாலையின் மறுபுறம் ஆளுயர கட் அவுட்டில் தலைவர் ஏழைகளுக்கு இலவச வேட்டியும், சேலையும் பரிசளித்துக்கொண்டு இருந்தார்...

"குடி உயரக் கோல் உயரும் கோல் உயரக் கோன் உயர்வான்" என்ற பழைய வாக்கியம் அச்சடிக்கப் பட்டு இருந்தது.

7. படைத்தல்

எனக்கொரு கேள்வி என்னைப்பற்றி

நான் ஏன் இவ்விதம், இந்நிறம், இக்குணம்

கலந்து பிறந்தேன்?

நான் ஏன் என் முன்னவர் குறைகளை

ஏற்றுப் பிறந்தேன்?

பாட்டன், மாமன் மற்றும் சிற்றப்பன் என

எல்லார் சாயலும் கலந்து பிறந்தேன்.

மரபணுவின் தாக்கம் என்றனர்,

மரபணு என்பது

குறைகளையும் சுமக்கும் அணுவா?

மரபெனக்குளதற்கு? நானோ புதியவன்,

பழைய குப்பைகள் எனக்கெதற்கு?

யுகம் யுகமாக நிகழும் செயலிது

யுகம் யுகமாக நடக்கும் தவறிது

படைப்பவனுக்கு அறிவுரை அவசியம்

படைப்பவனுக்கு விடுமுறை அவசியம்

படைக்கும் முறையில் திருத்தம் அவசியம்

படைப்புத் தொழிலில் மாற்றம் அவசியம்

உடலை செலுத்துவது உயிர் என்றெனில்,

உயிரின் ஊடே முன்வினை வருமெனில்

உயிரின் பதிப்பில் மாற்றம் அவசியம்

புதிய பதிப்பில் பழவினை அகலும்

புதிய உடலும் புதிய உயிர் பெரும்

புதிய உயிர்கள் புவில் வலம் வரும்.

உடலுடன் உயிரும் சேர்ந்தே அழியும்

மரபென்பதே இல்லாது போகும்

பழையன கழிதலும் புதியன புகுதலும்

படைப்பிலும் நிகழும்.

தேடல்

"ப்ளீஸ், ஸ்டார்ட் தி மெடிடேஷன்" என்று எதிரில் உட்கார்ந்து இருந்த பெரியவர் சொன்னதும், கண் மூடி உட்கார்ந்து இருந்தநான் இதயமத்தியில் உள்ள தெய்வீக ஒளியை தேட ஆரம்பித்தேன். மூன்று மணி நேரம் கிரிக்கெட் போட்டியும், சினிமாவும் முழு கவனத்தோடு பார்க்க முடிகிறது. ஆனால் ஒரு முப்பது நிமிடம் கண் மூடி உட்கார இயலவில்லை. தியானம் ஆரம்பித்த அடுத்த வினாடி எப்போதும் இல்லாத எண்ண அலைகள் எங்கிருந்தோ வந்து தாக்கத் தொடங்கின. காலிங் பெல் சத்தமும், வீட்டில் உள்ளவர்கள் பேச்சு சத்தமும் தியானம் செய்ய உட்காரும் போதுதான் மிக நன்றாக கேட்கிறது. இந்த எண்ண அலைகளுக்கு நடுவே தெய்வீக ஒளியை தேடுவது மிகவும் கடினமாக இருந்தது. அடுத்த முப்பது நிமிடங்கள் எப்போது முடியும் என்ற தவிப்பும், தெய்வீக ஒளி தெரிந்த பின் என்ன செய்வது என்கிற நினைப்பும் ஒரு வித பதட்டதை ஏற்படுத்தின. கண் மூடி தியானம் செய்வதும் ஏதோ ஒன்றை அடையும்

நோக்குடன்தானோ? இது கோவிலுக்கு செல்லாமல் செய்யும் பண்ட மாற்று வியாபாரமா? கண் மூடி உட்கார்ந்ததில் முப்பது நிமிடங்கள் போனதே தெரியவில்லை. "தட்ஸ் ஆல்" என்ற பெரியவரின் குரல் கேட்டு கண் திறந்து போது. "எப்படி பீல் பண்றீங்க?" என்று பெரியவர் கேட்டுக்கொண்டு இருந்தார். என்ன சொல்வது என்று தெரியாமல், புத்திசாலித்தனமாக ஏதாவது சொல்லவேண்டும் என்று ஆங்கிலமும், தமிழும் கலந்து ஏதோ சில வார்த்தைகள் சொல்லி முடித்தேன். கை கூப்பி வெளியில் வந்து வண்டியில் அமர்ந்ததும். செல் போன் பார்த்து மிஸ் கால் செய்த நண்பனை அழைத்து "சாரி டா, மெடிடேஷன் கிளாசஸ்ல இருந்தேன்.

அதான் போன் எடுக்க முடியல" என்று சொல்லி வண்டியை ஸ்டார்ட் செய்த போது. எதிரே விளம்பரப் பலகையில் இருந்த நடிகை என்னைப் பார்த்து சிரிப்பது போல் இருந்தது...

8. பெண்

பெண்ணிற்கு பெண்ணிடம் விடுதலை வேண்டும்

பெண்மை பற்றிய புரிதல் வேண்டும்

பெண்கள் இங்கே அனுமன் போல

தன் பலம் அறியாது தவிக்கும் கூட்டம்

பெண் குழந்தைகள் இங்கே பிறந்திட வேண்டும்

வளரும் சூழல் நலமாய் வேண்டும்

பெண்ணின் மன நலம் காத்திட வேண்டும்

கல்வி முறையாய் கிடைத்திட வேண்டும்

இதில் ஆணின் பங்கு நிச்சயம் வேண்டும்

ஆணின் புரிதல் அவசியம் இங்கு

தாயும், தமக்கையும், தாரமும் பெண்ணே

முகமும், மார்பும், வயிறும் தாண்டி

பெண்ணை அறிய முயல வேண்டும்

ஆணுக்கிங்கே பெண் கல்வி வேண்டும்

பாடமுறையில் புதுமை வேண்டும்.

பயணம்

கிளம்ப வேண்டிய நேரம் வந்து விட்டது. எழுபத்தி ஐந்து வருடமாக ஒரே இடத்தில் இருந்தாகி விட்டது. இந்த வீடு இரண்டு வருடமாக கொஞ்சம் கொஞ்சமாக சிதிலம் அடைந்து கொண்டு இருந்தது. இன்னும் சற்று நேரத்தில் கிளம்ப வேண்டும் என்பது கட்டளை. கிளம்ப கடந்த இரண்டு நாட்களாக ஆயத்தம் செய்தாகி விட்டது. இரவு 11.58 க்கும் 11.59 க்கும் இடைப் பட்ட நேரத்தில் விலகி 6 அடி உயரத்தில் மிதந்து கொண்டு இருந்த போது, 75 வயது சர்தார்ஜியின் மனைவியும், மகனும் பெரும் குரல் எடுத்து அழுது கொண்டு இருந்தனர். அக்கம் பக்கத்தில் உள்ள பிளாட்களில் இருந்தவர்கள் வந்து "க்யா ஹுவா", கப் ஹுவா என்று விஜாரித்துக் கொண்டு இருந்தனர். முன் வழுக்கை தலையோடு ஸ்வெட்டர் அணிந்த ஒரு முதியவர் "வாட் ஹேப்பன்ட், ஷுட் வி கால் டாக்டர்" என்று ஆங்கிலத்தில் கேட்டுக் கொண்டு இருந்தார்.

மெல்ல, மெல்ல செல் போன்களில் செய்தி தெரிவிக்கப் பட்டது. மிதந்து கொண்டு இருந்த அது நடப்பது அத்தனையும் கவனித்துக் கொண்டு

இருந்தது. கொஞ்சம் கொஞ்சமாக உறவினர் வர தொடங்கினர். உடலை ஹாலில் கிடத்தி, மகன் பக்கத்தில் உட்கார்ந்து கொள்ள, அக்கம் பக்கத்தில் உள்ளவர்களால் சூடான சாய் எல்லோருக்கும் பரிமாறப் பட்டது. ஜனவரி குளிருக்கு மிகவும் தேவையானதாக இருந்தது. எப்படி இறந்தார் என்பதை மகன் அனைவருக்கும் சொல்லிக் கொண்டு இருந்தான். இன்னும் கொஞ் நாட்கள் இதையே சலிக்கும் வரை சொல்லிக் கொண்டு இருக்க வேண்டும். மிதந்து கொண்டு இருந்து எனக்கு இன்னும் கட்டளை வரவில்லை. அடுத்த இடம் எங்கு என்பதும் தெரியவில்லை. ஆணோ, பெண்ணோ, அலியோ, விலங்கோ, பறவையோ, எங்கு குடி புக வேண்டும் என சொல்லப்படவில்லை. அதுவரை மிதந்து கொண்டு இருக்க வேண்டியதுதான்.

௯. பொண்டாட்டி

அடி பொன்னே என் பொண்டாட்டி,

நீயே என் வப்பாட்டி

காதோரம் நரை இருக்கு

அத கொஞ்சம் கறுப்பாக்கு

நாப்பது வயசுலயும்

நடிகையெல்லாம் குமரி ஆச்சு

நீ கொஞ்சம் மனசு வெச்சா

மறுபடியும் இருபதுதான்.

நாப்பதிலே நாய் குணம் தான்

நானும் இங்கே நாப்பதுதான்

எரிச்சலும், இரைச்சலும் சகஜம்தான்

கொஞ்சம் முயற்சி செஞ்சா

ரெண்டு பேரும் இருபதுதான்

மனசு இங்கே இருபதானா

மாயம் தான் தெனம் இங்க

மனசு தான் எல்லாம் இங்க

மத்தெதெல்லாம் அப்பரம் தான்

நிருபன் - மைக்ரோ ஸ்டோரி

கதிரேசன் ஐந்தாவது முறையாக பைக்கை உதைத்து ஸ்டார்ட் செய்ய சோம்பல் முறித்து முனகியபடி பைக் ஸ்டார்ட் ஆனது. அலுவலகம் விட்டு கிளம்பி அடுத்த ஐந்தாவது நிமிடம் சாலையோற டீக் கடையில் நிறுத்தி, "ஒரு கிளாசிக் மைல்டு குடுப்பா" என்று சொல்லி வாங்கி பற்ற வைத்து புகை இழுத்த போது மணி காலை 10.55. இன்னும் நாற்பது நிமிடத்தில் காவி கட்சி அலுவலகம் சென்றடைய வேண்டும். அவசரத்தில் ஹெல்மெட் கழட்டாமலே சிகரெட் இழுத்துக் கொண்டு இருந்தது நினைவு வந்தது. ஹெல்மெட் போல இந்த பத்திரிகை நிருபர் வேலையும் இம்சைதான்.

கதிரேசனுக்கு திண்டிவனம் பக்கம் பூர்வீகம், அப்பா அரசு பணியில் ஓய்வு பெறுவதை நோக்கி ஓய்வு எடுத்துக் கொண்டு இருந்தார். கதிரேசன் வம்சத்தில் முதல் பட்டதாரி. சின்ன வயது முதலே சினிமாவும், அரசியலும், தமிழும் நன்றாக

அவனை செதுக்கி இருந்தன. திண்டிவனம் அப்படி ஒன்றும் பரபரப்பான இடமும் இல்லை. அரசினர் கலை கல்லூரியில் பி ஏ தமிழ் படித்து, தனியார் செய்தி தொலைகாட்சி ஏற்படுதிய தாக்கத்தால் எப்படியாவது பத்திரிகை நிருபர் ஆக வேண்டும் என முடிவு செய்தான். தினமும் இரவு 9 மணிக்கு ஒரு வட இந்தியன் ஐந்து, ஆறு பேரை கூட்டி வைத்து சத்தம் போட்டு பஞ்சாயத்து பண்ணுவது அவன் தவறாமல் பார்க்கும் நிகழ்ச்சி. நடுநடுவில் "கண்ணே உன் கண்கள் என்ன கொசு வலையா, இல்லை மீன் வலையா" என்று கவிதை எழுதி சினிமா ஆசையும் கொஞ்சமாக வளர்த்துக்கொண்டு இருந்தான். தமிழ் நாட்டு அரசியல் தாண்டி அவனுக்கு அவ்வளவாக பெரிதாய் அறிந்து கொள்ள விருப்பம் இல்லை. அவனை பொறுத்தவரை நிருபர் என்றால் கேள்வி கேட்க வேண்டும், எப்படி வேண்டுமானாலும் கேட்கலாம் என்ற புரிதல் ஆழமாக இருந்தது. கேள்வி கேட்பது சுலபமாக இருந்தது. "என்னா சூப்பரரா மடக்கிட்டாம்பா" என்று ஒரு பெரிய குடும்பத்து இளம் அரசியல் தலைவர், கண்ணாடி போட்ட நிருபர் முன் பதில் தெரியாது தவித்ததை ரசித்தான்.

செ்ன்னையில் இந்த சின்ன தொலைக் காட்சி நிறுவத்தில் தெரிந்த நண்பன் மூலம் வேலையில் சேர்ந்து இரண்டு வருடம் ஆகிறது. என்னஜி, வாங்கஜி, போங்கஜி என்று பேசவும் கொஞ்சம் உடைத்து உடைத்து ஆங்கிலம் பேசவும்

கற்றுக்கொண்டாகிவிட்டது. செல்போனும், கிளாசிக் மெயிலும், சினிமா பாடல்வெளியிட்டு விழா அனுமதியும், இவனை போன்ற 'இலட்சியம்' உள்ள நண்பர்களும், ஒவ்வொரு ஞாயிரு மது அருந்துவதும், மாங்காடு கோவில் செல்வதும் வாழ்கையின் ஒரு அங்கம் ஆகி விட்டது.

அரசியல் நிருபர் வேலை அப்படி ஒன்றும் கடினம் இல்லை, எல்லா தொலைக் காட்சி நிறுவனமும் ஏதாவது கட்சி சேர்ந்தவர்கள்தான் நடத்தி கொண்டு இருந்தார்கள். அவர்கள் கேட்க சொல்லும் கேள்வியை கேட்கவேண்டும், சொல்லும் பதிலை பிரசுரிக்க வேண்டும், எந்த தலைவரை மடக்கி கேள்வி கேட்ட வேண்டும் என்று தெளிவாக சொல்லி தரப்பட்டது. அதிகமாக விஷயங்களை தெரிந்து கொள்ள வேண்டிய அவசியம் இல்லை.

கடந்த ஒரு வருடமாக யாரோ ஒரு இளைஞர், படித்தவர், காவி கட்சியின் தலைவராக வந்த பிறகு நிலைமைமாறிவருகிறது. புள்ளிவிவரம், அனைத்து துறைகளையும் பற்றிய அறிவும், நேர்மையும் அரசியல் களத்திற்கு கொஞ்சம் புதிதுதான். அவர் உங்களை பற்றி இப்படி சொன்னார், அந்த நடிகை இப்படி சொன்னார், புதியதாக வந்த திரைப்படம் பற்றி என்ன நினைக்கிறீர்கள் என்பதை தாண்டி வேறு கேள்வி கேட்க மெனக்கெட வேண்டியுள்ளது.

மறுபடியும் பைக்கை ஸ்டார்ட் செய்து புறப்பட்ட போது தேவை இல்லாமல் அந்த ஒன்பது மணி விவாதம் நடத்தும் வட நாட்டு மனிதன் முகம் நினைவில் வந்தது அதனோடு ஹெல்மெட் இருக்கத்தால் கழுத்தின் பின் புறம் வியர்வையும்......

௧0. மரணமும், இறைவனும்

ஒவ்வொரு மூச்சும் புதிய பிறப்பு

ஒவ்வொரு மூச்சும் புதிய இறப்பு

நேற்றும் இல்லை, நாளையும் இல்லை

இன்று என்பது நிரந்தரம் இல்லை .

அழிவு இன்றி ஆக்கம் இங்கில்லை .

அமைதி காக்க மரணம் அவசியம்

மரணம் காக்க யுத்தம் அவசியம்

அமைதியும், யுத்தமும் அண்ணன் தம்பி

மரணம் பெற்ற இரட்டைப் பிறவி.

ஆறாம் அறிவால் அவஸ்தைகள் அதிகம்.

ஆறாம் அறிவால் ஆனது என்ன?

கடவுள் படைத்தோம், மரணம் மறக்க.

மரணம் நம்மை மறக்கவில்லை

இதுவரை நம்மிடம் தோற்கவில்லை.

ஆயிரம் ஆயிரம் கோவில்கள் செய்தோம்

காலம் வென்ற கோட்டைகள் செய்தோம்

கோட்டையும், கோவிலும் நின்றது இங்கே

கோட்டையும் கோவிலும் செய்தவன் எங்கே?

எதுவும் இங்கே நிரந்தரம் இல்லை

நமதென்று இங்கே எதுவுமில்லை

கடனாய் உடம்பு, கடனாய் மூச்சு

கடனாய் காதல்,, கடனாய் காமம்

கடனாய் கடவுள், கடனாய் ஞானம்

வீரம், வெற்றி, எல்லாம் கடன்தான்

வீணே இந்த அலட்டல் எதற்கு?

கோபம் குறைப்போம், அன்பை வளர்ப்போம்

அமைதியாக அன்பு செய்வோம்

அன்பு மட்டுமே தேவை இங்கு

கற்பிதங்களை களைதல் நன்று.

மாற்றத்தோடு மாறுதல் நன்று.

மாற்றம் முதலில் மதங்களில் வேண்டும்.

மதம், மனிதனை பிடித்த மதம்.

உழைப்பை குறைத்து, சோம்பலை வளர்த்து,

தன்நம்பிக்கையை மெதுவாய் தகர்க்கும்

தாடி சாமியாரின் செல்வம் வளர்க்கும்

மனிதனை இன்னும் மடையனாக்கும்

மதமும், சாமியும் மாத்திரை போல

வலிகளுக்கேற்ப மாத்திரை மாறும்

தேவைகளுக்கேற்ப பிரார்த்தனை மாறும்

கோவிலில், மதத்தில் கடவுள் இல்லை

பூசையும், பஜனையும் தேவை இல்லை

இறைவன் என்பவன் எங்கும் இருப்பவன்

மனிதருக்குள்ளே ஒளிந்து கிடப்பவன்

மதங்களை கொஞ்சம் மறந்து பார்ப்போம்.

வாழ்கையை முறையாய் வாழ்ந்து பார்ப்போம்.

இன்னும் கொஞ்சம் உழைத்துப் பார்ப்போம்.

புத்தியை கொஞ்சம் உயர்த்திப் பாப்போம்.

இறைவனை அன்பால் தேடிப் பார்ப்போம்

பசிக்கும் போது உணவாய் இறைவன்

கலவியினால் வரும் காமம் இறைவன்

நோய்க்கான மருந்தாய் இறைவன்

செய்யும் தொழிலில் நேர்த்தி இறைவன்

உடுத்தும் உடையின் அழகு இறைவன்

கன்னிப் பெண்ணின் கண்ணில் இறைவன்

எண்பது வயது முதுமையில் இறைவன்

வெற்றி தோல்வி இரண்டிலும் இறைவன்

இயற்கை முழுதும் நிறைந்தவன் இறைவன்

எல்லா புதிய முயற்சியும் இறைவன்

இயங்கும் எல்லாவற்றிலும் இறைவன்

கேள்வி, பதில் இரண்டிலும் இறைவன்

ஒன்று பலதாய் ஆனது இறைவன்

எல்லாம் ஒன்று சேர்வது இறைவன்.

தனிமை

காலிங் பெல் சத்தம் கேட்டு கண் விழித்த போது, "அம்மா, தண்ணி கேன் கொண்டு வந்து இருக்கேன்" என்று வழக்கமாக வரும் ஆள் நின்று கொண்டு இருந்தான். டிவியில் சீரியல் ஓடிக்கொண்டு இருந்தது, யாரோ யாரையோ பழி வாங்க வேண்டும் என்று ஒரு தடிமனான பெண் கண்களை உருட்டி வசனம் பேசிக்கொண்டு இருந்தாள். வந்த ஆள் தண்ணி கேன்களை வைத்துவிட்டு நகர்ந்த போது மணி காலை பதினொன்று. டிபன் சாப்பிட்டு விட்டு ஓய்வு நாற்காலியில் உட்கார்ந்ததுதான் ஞாபகம் இருந்தது சாந்தா அம்மாவிற்கு... இந்த ஜனவரியோடு கணவன் இறந்து ஒரு வருடம் ஆகி விட்டது. சிரோசிஸ் லிவர் வந்து நான்கு வருடம் அவஸ்தை பட்டு போன வருடம், மூன்று நாள் நினைவு இழந்து அமைதியாக இறந்து போனார். அவர் இருந்த வரை அவரை கவனிப்பதிலேயே பாதி நேரம் போய் விடும். மனதில் ஒரு தைரியம் இருந்தது, வாழ்கையில் ஒரு பிடிப்பு இருந்தது. கடந்த ஒரு வருடமாக ஒரு வெறுமை சூழ்ந்து கொண்டது.

இவள்தான் என் அம்மா. அப்பாவின் மறைவு அவளை மெல்ல அமைதியாக்கியது. பேச்சில் ஒரு கனிவும், பேரன், பேத்திகளின் நினைவும், கவலையும் அதிகமாகியது. தனக்கு என்று ஒருவர் இல்லை என்பது அவள் பேச்சில் தெரிந்தது. கடைசி காலத்தை பற்றிய பயம் கண்களில் தெரிந்தது. அம்மாவை இப்போதெல்லாம் பார்க்கும் பொழுது தேவை இல்லாமல் அவளுடன் போட்ட சண்டைகள், செய்த விவாதங்கள் மனதை நோகடித்தது வருத்தம் அளிக்கிறது. தனிமை, முதுமையில் தனிமை, சுற்றம் எல்லோரும் இருக்கும் பொழுதும் தனிமையாக உணர்வது மிகவும் கொடுமையாக இருக்குமோ? தினமும் காலையில் எழுந்து அதே டிவி சீரியல், அதே சுலோகம் சொல்வது, வரிசையாக எல்லோருக்கும் போன் செய்து பேசுவது, இது எல்லாம் ஒரு இரண்டு மணி நேரத்தில் முடிந்து விட்டபின், சிறிது தூக்கமும் பிறகு பழைய நினைவுகளை அசை போட்டபடி எஞ்சிய பொழுதை கழிக்க வேண்டியுள்ளது... மெல்ல சாவது என்பது இதுதானோ? பெரிய குடும்பத்தில் பிறந்து, பெரிய குடும்பத்தில் வாழ்க்கைப்பட்டு, மூன்று பிள்ளைகளை பெற்று, வளர்த்தவளுக்கே இப்படி என்றால், பிரிந்து வாழும் இன்றைய தலைமுறையின் முதுமை எப்படி இருக்கும்? இந்த தெளிவு நாற்பது வயதில் ஒவ்வொருவருக்கும் வரவேண்டும். தெளிய, தெளிய அமைதி பிறக்கும். தேவை இல்லாத எதுவும் தூக்கி எறியப்படும், மதிப்பு இழந்து போகும், மனிதர்கள் உட்பட...

11. அது – 'சிவன்'

ஆதியும் அந்தமும் இல்லாதது அது

என்னை கொஞ்சம் தொட்டு நகர்ந்தது

மனித ஸ்பரிசம் போன்றதில்லை அது

என்னால் விளக்க முடியாதது அது

நானும் அதுவும் வெவ்வேறில்லை

இத்தனை நாள் இது தெரியவில்லை

வெளியில் பல முறை தேடிப்பார்த்தேன்

கண்களை மூடி சூரியன் பார்த்தேன்

எல்லா படைப்புக்கும் காரணம் உண்டு

அதனின் அமைப்பு எங்கும் உண்டு

காரணம் இன்றி காரியம் இல்லை

சும்மா என்று இங்கு எதுவும் இல்லை

எல்லா இயக்கமும் அதனின் இயக்கம்

முடிவு என்பது அடுத்த இயக்கத்தின்

முன் கதை சுருக்கம்,

இதுவே வாழ்கையின் வெற்றி ரகசியம்

நம்மிடமிருந்து நாம் விலகி நிற்போம்

நம்மை நாமே தேடிப் பார்ப்போம்

கடனாய் பெற்ற உடலை காப்போம்

நன்றியோடு தினமும் வாழ்வோம்

விலகுதல் என்பது விழித்து இருப்பது

நிலை இல்லாமையை அறிந்து இருப்பது

இந்தப் புரிதல் கருணை வளர்க்கும்

கருணை, அன்பும் அமைதியும் வளர்க்கும்

விழிப்பு நிலையில் வாழ்கை சிறக்கும்

அதனின் அருளொளி அற்புதம் நிகழ்த்தும்

வாழ்கை பயணம் சுகமாய் அமையும்

அருளொளி பயணம் முழுதும் தொடரும்

வாழ்கை முழுதும் அர்ப்பணம் செய்வோம்

அதனின் அமைப்பை எங்கும்

உணர்வோம்

உணர்வே இங்கு பிரார்த்தனை ஆகும்

உடலும் செயலும் கோவிலாகும்

அதனை உணர்ந்து அனுபவிப்போம்

கவலை மறந்து மகிழ்ந்திருப்போம்

கிருஷ்ணார்ப்பணம்

இனிமேல் எல்லோரும் வழக்கம் போல எல்லா பண்டிகையும் செஞ்சிக்கலாம், எல்லா கோவிலுக்கும் போகலாம், மொதல்ல உங்க குல தேய்வ கோவிலுக்கு குடும்பதோட போய்ட்டு வாங்கோ. நான் அப்ப கிளம்பறேன், சந்தோஷம்...!! "என்று சொல்லிவிட்டு சாஸ்திரிகள் கூட வந்த சிஷ்யர்களோடு தட்சினை இத்யாதிகளை எடுத்துக்கொண்டு கிளம்பி சென்று விட்டார். ஹாலில் வைத்து இருந்த படத்தில் அப்பா இன்னும் சிரித்துக்கொண்டு இருந்தார். அப்பா இறந்து ஒரு வருடம் முடிந்து செய்யவேண்டிய எல்லா காரியங்களையும் செய்து முடித்து விட்டு, கடைசியாக நவக்ராஹ ஹோமத்துடன் செய்து முடித்தாகிவிட்டது. அப்பாவின் பயணம் இத்துடன் முடிந்ததாக சாஸ்திரிகள் சொல்கிறார். வேறு ஒரு இடத்தில் அந்த உயிர் ஜனனம் எடுத்து இருக்குமோ? இல்லை இன்னும் இங்கேயே இருக்குமோ? ஒரே குழப்பமாக இருந்தது. இனிமேல் ஒவ்வொரு அம்மாவாசை தினம்தான் அப்பாவின் நினைவு வருமோ? நாள் பட நாள் பட

அதுவும் குறையுமோ? சர்வம் கிருஷ்ணார்பணம்! என்று சொல்லி சீக்கிரம் எள்ளும் தண்ணியும் விட்டு விட்டு வேறு வேலைக்கு ஓட நேருமோ? அடுத்தவர் மரணம் மெல்ல மறக்கும், துக்கம் மெல்லத் தொலையும், தன் மரணம் பற்றிய கவலை தோன்றும். எனக்கும் தோன்றியது. ஒவ்வொரு முறையும் பிண்டம் கரைத்த போதும், முட்டிக் கால் மடக்கி அண்ணாவுடன் பிராமணன் இலையில் உணவு இட்டு நெய் வார்த்த போதும், இந்த நினைவு அதிகரித்தது. ஒவ்வொரு அம்மாவாசையும் என் தந்தையும், தாத்தனும், பாட்டணும் என் வாசல் வந்து நான் விடும் எள்ளும் தண்ணியும் ஸ்வீகரிப்பது போல், நான் எங்கு போய் நிற்பேன்? யார் எனக்கு எள்ளும் தண்ணியும் உண்ண அளித்து வழி அனுப்புவர். முதன் முறையாக, ஆடிய ஆட்டம் அனைத்தும் நினைவில் வந்தது... இளமையின் திமிர் எச்சில் உமிழ்ந்தது... இனி இந்த நினைவு ஒவ்வொரு அம்மாவாசையும் வரும்... வரும் போது பார்த்துக் கொள்ளலாம்.... 🙏🙏 சர்வம் கிருஷ்ணார்பணம்.

12. வேசி வாழ்கை

மையும், உடையும் ஒப்பனையும்
கலைந்து போச்சு மறுபடியும்
மறுபடி சரி செய்ய மனமில்லை
உடம்பும் முன் போல் திடமில்லை
வேறு வேலை தெரியவில்லை
வேசி வாழ்கை விதியாச்சு
வயிறு வளர்க்கும் வழியாச்சு
நோயும் இங்கே துணையாச்சு

காசு கொடுத்து காமம் தேடலும்
காசு வாங்கி கற்பை இழப்பதும்
இன்று நேற்று நடப்பதல்ல
இரவு எனக்கு பகலாச்சு
விடியல் என்பது கனவாச்சு
சிறுவன், குமரன், கிழவன் என

ஆயிரம் ஆண்களை பார்த்தாச்சு

அத்தனை அழுக்கும் சுமந்தாச்சு

நான் ஏன் எப்படி இத்தொழிலில்?

விருப்பமோடு வரவில்லை.

என்னை விற்கப்பட்டது நினைவில்லை.

அண்ணன், தம்பி எனக்கில்லை

'அக்கா', 'மாமா' என்பதெல்லாம்.

ஆசையாய் அழைகும் உறவில்லை.

மனுஷியாய் என்னை மதிப்பதில்லை.

இருட்டே இங்கு எனக்கு வெளிச்சம்

பசியை தினமும் போக்கும் வெளிச்சம்

நிஜ வெளிச்சம் அச்சம் கொடுக்கும்

என்னை பலரிடம் காட்டிக் கொடுக்கும்

என்னையே என்னிடம் காட்டியும் கொடுக்கும்

காதல் செய்திட, குடும்பம் நடத்திட,

முறையாய் பிள்ளைகள் பெற்று

வளர்த்திட,

பற்பல கனவுகள் எனக்கும் உண்டு.

கனவுகள் உண்மை

காட்டிக் கொடுப்பவை

கடவுளை நம்மோடு

கூட்டி கொடுப்பவை

விளக்கு வைக்கும் நேரமாச்சு

விளக்கை அணைப்பேன்

கனவுகள் மறுபடி வரும்வரை.

அப்பா, முதுமை, மரணம்

ஐந்து வயதில் அப்பா இறந்துபோனால் அப்படி அழும் பிள்ளை, தன் அறுபது வயதில் எண்பது வயது தந்தை இறக்கும் போது அவ்வளவு கலங்காதது ஏன்?. அப்பாவின் முக்கியத்துவம் குறைந்து விட்டதோ? காசும், பணமும், சுற்றமும், நட்பும் அப்பாவின் முக்கித்துவதை குறைத்து விட்டது. இந்த பாசம், நேசம் எல்லாம் பொய்யோ? நினைத்து பாருங்கள் உங்கள் ஐந்து வயது முதல் மீசை முளைத்து "எல்லாம் எனக்கு தெரியும்" என்று சொல்ல ஆரம்பித்த நாள் வரை. அப்பா எப்போ வீடு திரும்புவார் என்று காத்திருந்த மாலை நேரங்கள், உலகத்தில் எல்லாம் வல்ல வீரனாய் அப்பாவை நினைத்து இருந்த நாட்கள். இதுதான் இயற்கை, இங்கு எல்லாம் தேவைகள் பொருட்டே, அப்பா, அம்மா, பாசம் நேசம், நண்பன், மனைவி, மக்கள், அரசு எல்லாம் ஒருவர் தேவை மற்றவர் பூர்த்தி செய்யும் வரைதான். இது புரியாமல் தான் நாம் மிகவும் குழப்பமுருகிறோம்.

எனக்கும் இப்போது ஐம்பது வயது, என் தந்தையிடம் பேசி ஒரு வாரம் ஆகிறது.

மருந்து, மாத்திரை, வேளைக்கு உணவு, உடை, நல்ல இருப்பிடம், இதை எல்லாம் கொடுப்பதோடு எல்லாம் முடிந்து விடுகிறது.

இதை எல்லாவற்றையும் மீறி என்னால் ஏன் மீண்டும் அந்த பத்து வயது சிறுவன் போல்

பேசமுடியவில்லை. இன்னும் என்னை விட முப்பது வயது மூத்தவர் தான் என் தந்தை.

கம்ப்யூட்டரும், செல் போனும் அந்த கிழவருக்கு புரியவில்லை.என்னுடையபத்துவயதில்கணக்கும், அறிவியலும் தெரியாமல் முழித்தபோது என் தந்தை என்னை அலட்சியப்படுத்தவில்லையே? நான் ஏன் இப்படி நன்றி இல்லாமல் இருக்கிறேன்?

நிச்சயமாக புரியவில்லை.

இது எனக்கும் நடக்கும் என்று நினைக்கும் போது மிகவும் பயமாக உள்ளது. என்னுடைய முதுமை என் தந்தையின் முதுமையை விட கடுமையாக இருக்கும், தனிமை கொல்லும்.

காசும், பணமும் வேலைக்காது இங்கு. முதுமை இங்கே மிகப்பெரிய நோய். மரணம் ஒன்றே முதுமையின் மருந்து.

மரணம் பற்றி பயம் கொள்ள தேவையில்லை.

மரணம் பற்றிய சிந்தனை செய்ய வேண்டும்.

கொஞ்சம் கொஞ்சமாய் ஒவ் ஒன்றாய் விட்டு விலகுதல் வேண்டும். கடமைகள் முடிந்த பின்னே மெதுவாய் விலக பழக வேண்டும்.

மௌனம் காக்க பழக வேண்டும். இளமை முதலே இல்லை என்றாலும் ஐம்பதிலிருந்தாவது முயற்சி செய்ய வேண்டும். வாழ்வதற்கு ஆயிரம் பயிற்சி நடக்கும் இந்த நாளில், மரணத்தை எதிர் கொள்வதற்கும் பயிற்சி அவசியம். என்னுடைய எண்பது வயது தந்தையை பார்க்கும்போது இந்த பயிற்சி மிக அவசியம் என்று தோன்றுகிறது. இந்த வயதிலும் ஓயாத பேச்சு, அலைச்சல் ஆகியவற்றை நோக்கும்போது மிகவும் பாவமாக உள்ளது.

மரணம் ஒன்றே மிகவும் நிச்சயமானது.

13. தியானம்

கண் மூடி உள்ளே சென்று

விழி நடுவே உணர்வை நிறுத்தி

சுவாசத்தை சீராக்கி பழகும் வித்தை.

இடைஞ்சல்கள் இதிலும் உண்டு

வழி முறை பலவும் உண்டு

வழி பற்றி கவலை வேண்டாம்

பயணத்தை மேற்கொள்வோம் நாம்

பயம் கொள்ள தேவையில்லை

படைத்தவன் பார்த்துக் கொள்வான்.

தூக்கமும் ஒரு நாள் மறையும்.

மனதின் ஆழம் தெரியும்.

உடலையும் தாண்டி, மலை, செடி

கடல், வெளி முழுதும் பரவி நிற்க,

உயிர் எல்லாம் ஒன்றாய் விளங்கும்

அனுபவம் அரிதாய் அமையும்.

மாற்றம் மிக மெதுவாய் நிகழும்

தனியே விழித்திருக்கும் போதும்

கூட்டமாய் அலையும்போதும்

செயல் எதுவும் செய்யும் போதும்

மனைவி, கணவன், மக்கள், பெற்றோர்

மற்ற சுற்றங்கள் சுற்றும் போதும்

விலகி நிற்க கற்க வேண்டும்.

விலகுதல் விலக்குதல் இல்லை.

சிந்திக்க தொடங்குவோம் நாம்.

ஓட்டம்

கணேசன் பத்தாவது முறையாக டம்ளரில் வெந்நீறையும், உப்பும் கலந்து அது தொண்டையை நனைக்கும் வரை கொப்பளித்துவிட்டு மறுபடியும் சோபாவில் வந்து அமர்ந்தான். மணி பன்னிரண்டை தாண்டி விட்டது. அடுக்கு மாடி குடியிறுப்பில் கொஞ்சம் கொஞ்சமாக விளக்குகள் மங்கல் ஆக தொடங்கின. கடந்த நான்கு நாட்களாக கணேசனை சளியும் ஜலதோஷமும் விடுவதாய் இல்லை. மறுபடியும் ஒரு முறை உள்ளே சென்று பார்த்தான், மகளும், மனைவியும் நன்றாக உறங்கி கொன்டிருந்தனர். மறுபடியும் சோபாவில் வந்து உட்கார்ந்தான். தூக்கம் வரவில்லை. நாற்பதை கடந்து விட்டாலே இது ஒரு இம்சைதான். கணேசன் ஒரு தனியார் ஐ டி நிறுவனத்தில் பணிபுரிந்து கொண்டிருந்தான். உலகெங்கும் பரவி இருந்தது அந்த நிறுவனம். வேலை ஒன்றும் அவ்வளவாக கடினம் இல்லை. இந்த 27 வருட அனுபவத்தால் எதுவும் புதியதாக தோன்றவில்லை.

புதியதாக ஏதாவது செய்யவேண்டும் என்ற உந்துதல் பல நாட்களாக கணேசனை தொந்தரவு

செய்து கொண்டிருந்தது. அதே நேரத்தில் ஏன் செய்ய வேண்டும் என்ற கேள்வியும் விடாமல் துரத்தி கொண்டிருக்கிறது. இந்த எண்ண அலைச்சல் தான் தூக்கமின்மைக்கு காரணம்.

ஏன் எல்லோரும் எப்போதும் ஏதாவது செய்து கொண்டிருக்கின்றனர்? எதை நோக்கி இந்த ஓட்டம். ஒருநாளில் எல்லாம் முடியதான் போகிறது. யார் கூட வருவார்கள்? இதை நண்பனிடம் கேட்ட போது 'இவரு பெரிய மயிறு, மூடினு வேலையப்பார் "என்றான்.

ஆனால் காசில்லாமல் ஒரு வேலையும் நடக்காது. அதனால் "மூடிக்கொண்டு வேலையை" பார்க்கத்தான் வேண்டியிருக்கிறது. என்னதான் வியாக்கியானம் பேசினாலும் காசு இங்கு வேண்டி இருக்கிறது. எவ்வளவு வேண்டும் என்பது தான் மிகப்பெரிய கேள்வியாக உள்ளது. அடுத்தவனை அடித்து பிடுங்குவது இந்த கேள்விக்கு விடை தெரியாத காரணத்தாலா? இந்த கேள்வி எல்லோருக்கும் இருக்குமோ? இருக்கும். பதிலை தேடுவதை விட சில சமயம் கேள்வியை மறப்பது சுலபம். காமமும், குடியும், கோட்டும், டையும், நுனி நாக்கு ஆங்கிலமும், பள பளகும் ஷூஉம், எல்லாம் இந்த கேள்வியை மறக்க முயலும் யுத்திகள்.

இந்த ஓட்டம் இன்று நேற்று தொடங்கியதல்ல.

கடவுள் தேடல், பஜனை, போட்டு, பக்தி எல்லாம் இந்த வகை தான். ஓட்டம் முடிந்தால் நான் இங்கு

இருக்க மாட்டேன். நான் இங்கு இருக்கும்போது ஓட்டம் முடியாது.

மணி இப்போது ஒன்றாகிவிட்டது. காலையில் அவசர மீட்டிங் ஒன்றிற்கு தயாராக வேண்டும். டை, ஷூ இத்யாதி யோடு மறுபடியும் போரிட வேண்டும். "முடினு வேலையைப்பார்" என்பது தெய்வ வாக்காய் ஒலித்தது.

14. மழை

மழையின் துளிகள் அழுவது இல்லை

விழ இடம் தேடி அலைவதுமில்லை

விழுந்த பின்னே கவலை இல்லை

மாற்றம் என்பது தொடர்ந்து நடப்பது

நிகழ்காலத்தில் என்றும் இருப்பது.

எதற்கு இங்கே அழுகை, கவலை?

நமக்கேன் இத்தனை அவநம்பிக்கை?

மறக்க வேண்டாம்,

நாம் இறைவனின் சாயை

நிழல்களுக்கு கவலை தேவையில்லை

பேரொளி இங்கு இருக்கும் வரைக்கும்

புரிதல் போதும், புறப்படு நீயும்.

நடிகை

காலை பத்து மணி ஆகி விட்டது. கடந்து சில மாதங்களாக அவ்வளவாக சொல்லிக்கொள்ளும்படி வேலை எதுவும் இல்லை. கட்சியில் இருந்த வரை தினமும் ஏதாவது வேலை, கூட்டம், பயணம் அல்லது பத்திரிகையாளர் சந்திப்பு என்று நாள் போவதே தெரியாது. நாற்பது வயது ஆகி விட்டது. முன் நெற்றி நரை கொஞ்சம் நிஜம் சொல்லத் தொடங்கி விட்டது. நடிகையாக இருந்து முன்னாள் நடிகை என்று ஆகி விட்டது. இன்னும் கொஞ் நாளில் முன்னாள் அரசியல்வாதி என்று சொல்லி விடுவார்கள். ஏதாவது செய்ய வேண்டும். கண்ணாடி முன் நின்று தன்னையே பார்த்து நினைவில் மூழ்கி இருந்தாள் அந்த முன் நாள் நடிகை. நடிப்பும், அரசியலும் கை தட்டி விசில் அடிப்பவன் நினைப்பது போல் அவ்வளவு எளிதல்ல. நடிக்க வந்ததில் இருந்து, ஒரு சில படங்களை தவிர அவ்வளவாக முன்னேற முடியவில்லை. அவளுக்கு ஒரு முகம் கிடைத்தது அரசியல் மூலம். சினிமாவைப் போல் அரசியலும் இருக்கும் என்று நினைத்தது மிகவும் தவறு.

அரசியல் முழு நேர நடிப்பு. ரிடேக் இருக்காது,வெறுமனே வாயசைத்துவிட்டு சம்பளம் கேட்க முடியாது. இந்த முழு நேர நடிகர்கள் கூட்டத்தை எதிர் கொள்வது இயலாததாக இருந்தது. தெருக்கடை டீக் கடையில் பேப்பர் படித்துவிட்டு, அரசியல் செய்யும் காலம் இனி இல்லை.

டிவியில் ஓடிக்கொண்டு இருந்த கதைத் தொடரை அம்மா பார்த்துக் கொண்டு இருந்தாள். அந்த தொடர் கடந்த ஐந்து ஆண்டுகளுக்கும் மேல் தொடர்ந்து வந்து கொண்டு இருந்தது. அந்த கதாநாயகி கணவனின் கொடுமைகளை பொறுத்துக் கொண்டு தினம் தினம் அழுது கொண்டும் பார்ப்பவர்களை அழ வைத்துக் கொண்டும் இருந்தாள். இந்த கதாநாயகி, தன்னை விட அதிகம் தெரிந்துவளாக இருப்பாளோ என்று கவிதாவிற்கு தோன்றியது. அந்த கதாநாயகி விவரம் அறிந்தவள், தன் எல்லை அறிந்தவள், கடந்து சில வருடங்களாக ஒரே தொடரில் மட்டும் அழுது கொண்டு இருக்கிறாள். என்னைப்போல நிஜத்தில் அல்ல என்று நினைத்த போது நெஞ்சில் துக்கம் அடைத்தது.

15. அசோக வனம்

அசோக வனம், அழுதது தினம்.

அன்னையின் துயரால் துவண்டது வனம்.

அன்னையின மனம், அண்ணலின் வசம்.

காத்திருந்தாள்,

அவன் வருகைக்காக நேர்ந்திருந்தாள்.

வனத்தில் மரங்கள் மெல்லத் தழைத்தன.

வாசத்தோடு மலர்கள் இணைந்தன.

மழைத் துளிகள் மண்ணில் இறங்கின.

நல்லவர் வருகை இயற்கை அறியும்.

அனுமன் பெருமை இனி இலங்கை அறியும்.

அன்னையை அனுமன் கண்டதில்லை.

கவலை ஏதும் கொள்ளவில்லை.

ராம நாமம் கை விடவில்லை

அன்னையும் அனுமனை நம்பவில்லை.

அரக்கனோ இவன் என ஐயமுற்றாள்

ராம நாமம் கேட்டு மையலுற்றாள்

விவரங்கள் அறிந்து விம்மலுற்றாள்

ராமன் தூது வெற்றி பெற்றது

அன்னையின் துயரம் துயரம் அடைந்தது.

இலங்கை நோக்கி குரங்கு நகர்ந்தது.

மொழி

மொழி. இது அவ்வளவு பெரிய ஒரு விஷயமா? ஒரு மொழி மிகவும் தொன்மையாக இருப்பதால், அந்த மொழி என் தாய் மொழியாக இருப்பதால் எனக்கு என்ன பெருமை? தொன்மையான மொழியைப் பேசும் ஒரு குழு, கூட்டம் அல்லது ஒரு நிலப் பரப்பைச் சேர்ந்த மக்கள் அந்த மொழியை பற்றிய பெருமை பேசிக்கொண்டு வெட்டியாய் திரிவது எவ்வளவு கால விரயம்? மொழி என்பது ஒரு எண்ணப் பரிமாற்றத்திற்கான ஒரு கருவி, அவ்வளவே. அதைத் தாண்டி ஒரு சமூகத்தின் வரலாற்று நிகழ்வுகளை அறிந்து கொள்ள உதவும் ஒரு சாதனம். ஆயிரம் ஆண்டுகள் முன்பு எழுதப் பட்ட கல் வெட்டுகள் இன்று எளிதாக யாராலும் புரிந்து கொள்ள முடியாத நிலையில் உள்ளது. ஆயிரம் ஆண்டுகள் முன் வாழ்ந்த ஒரு சமூக பெருமைகளை பற்றி இன்னும் பேசிக் கொண்டு இருப்பது காலி பெருங்காய டப்பாவை முகர்ந்து பார்ப்பது போல் தான். அதனால எந்த உபயோகமும் இல்லை. முதல் நாள் இரவு உண்ட நல்ல உணவைப் போல, வேறு எந்த ஒரு பயனும்

இருப்பதாய் தெரியவில்லை. தமிழ் தவிர மற்ற மொழிகள் பேசுபவர்கள், ஆங்கிலம் மற்றும் உலகின் பிற தொன்மையான மொழிகள், அதனதன் பழம் பெருமை பேசி நேரத்தை வீணடிக்கவில்லை. நிகழ் காலத்தில் சொல்லி பெருமைப் பட ஒன்றும் இல்லாததால்தான் பழைய பெருமை பேச வேண்டியுள்ளது போலும்.

என் பாட்டன் பெருமை, முப்பாட்டன் பெருமை பேசி வெகு ஜனம் வயிறு வளர்க்க முடியுமா? சில ஜனங்களுக்கு மட்டுமே அது சாத்தியம். மொழியை தவிர, எந்த ஒரு பழம் பெருமையும் எதற்கும் உதவாது என்பது ஏன் விசில் அடிச்சான் குஞ்சுகளுக்கு விளங்குவதில்லை? தன் நிகழ் கால தேவை அறிந்து, தன் முன்னேற்றதின் தேவை தெரிந்து, தன்னை தயார் செய்து கொள்ளாமல், குண்டு சட்டி குதிரை போல் ஒரே வட்டத்தில் உழன்று கொண்டு இருப்பது எந்த விதமான புத்திசாலித்தனம்?

செக்கு மாட்டுக்கு எண்ணெய் விற்ற லாபத்தில் எந்த பங்கும் இல்லை.... இது செக்கு மாடுகளுக்கு தெரிய வாய்ப்பும் இல்லை.

16. யுத்தம்

பதினெட்டாம் நாள் யுத்தம் முடிந்தது.

நூற்றி ஐந்தில் நூறு குறைந்தது.

பகடை சூழ்ச்சி பலிக்கவில்லை.

கண்ணன் லீலைக்கு எல்லை இல்லை.

இறுதியில் வெற்றி எவர்க்கும் இல்லை.

போர் என்பது தொடர்ந்து நடப்பது

அமைதியை தேடி அலையும் செயல் அது

மடிந்தவர் போரிட தேவையில்லை.

மற்றவர்க்கு இது தொடரும் தொல்லை.

கடமையை செய்ய சொன்னவன் கண்ணன்

வினையும் விளைவும் தானே என்றவன்

துரியனுக்கு கீதை அவசியமில்லை

கேள்விகள் ஏதும் அவனுக்கில்லை

கடமையையை செய்ய துணிந்தவன் துரியன்

கடவுளை எதிர்க்க துணிந்தவன் துரியன்.

வினையின் விளைவில் கவலை இல்லை.

மடிந்தவர் போரிடத் தேவையில்லை.

பார்த்தனுக்கு இது தொடரும் தொல்லை.

மலக்குழி மனிதர்கள்

ஒரு மனிதன் தன் சக மனிதனை எப்படி மலக் குழியில் இறங்கச் சொல்ல முடியும். எப்படியான மன நிலை இது? குழியில் இறங்கியவனுக்கு எத்தனை ரூபாய் கிடைத்திருக்கும்? எப்படி மலக் குழியில் இறங்க சம்மதித்து இருக்க முடியும்? தேவை என்ன? வறுமையா? ஒரு குவார்டர் சாராயமா? உடல் எல்லாம் மலமும், நாற்றமும், உடல், மன உபாதைகளும் தாங்கிக் கொண்டு எளிதில் எப்படி இந்த மனிதர்களால் முடிகிறது. செய்ய முடியாது என்று சொல்ல ஏன் இவர்களால் ஏன் முடிவதில்லை. இதுவும் நம் முப்பாட்டன் பெருமையோ?

நம்மில் எத்தனை பேரால் இந்த இந்த வேலையை செய்ய முடியும்? மலக் குழியில் இறங்கச் சொன்னவன் தன் வீட்டு கழிப்பறையை ஒரு முறை கூட சுத்தம் செய்து இருக்க மாட்டான். எட்டி நின்று, மூக்கைப் பிடித்துக் கொண்டு வேலை வாங்கிக் கொண்டு இருப்பான். "அப்பா என்ன வேலை செய்யறார்?" என்ற கேள்விக்கு உள்ளே இறங்கியவன் மகனோ, மகளோ என்ன பதில் சொல்ல நேரிடும்?

17. பாதம்

ஐவர்க்கு நிலம் கேட்டு நடந்த பாதம்

மூன்றடி மண் கேட்டு அளந்த பாதம்

முடி துறந்து கானகம் சென்ற பாதம்

காளிங்க நர்த்தனம் செய்த பாதம்

அகலிகை சாபம் நீத்த பாதம்

சகடாசுரனை உடைத்த பாதம்

யசோதை கட்டிய சிறிய பாதம்

அஞ்சனை மைந்தன் தொழுத பாதம்

அடியவர்க்கு அடைக்கலம் அளிக்கும் பாதம்

அபயம் அளிக்கும் அற்புத பாதம்

நம்மையும் காக்கும் நாராயணன் பாதம்.

சீருடை

அவன் வீட்டுக்குள் நுழையும் போது மணி ஏழு. டிவியில் ஒரு பெரியவர் பூணூல் அணிந்த வெறும் மார்போடு சத்தமாக விபீஷனன் இராம பிரானை பார்க்க வந்தை விவரித்து கொண்டு இருந்தார். பெரிய நாமமும், கடுக்கணும், கழுதில் மாலையாய் தொங்கிய அங்கவஸ்திரமும், நரைத்த தலையும், குடுமியும், கழுதில் அணிந்து இருந்த தங்க சங்கிலியும் நன்றாக இருந்தது. நடு நடுவில் " நான் சொல்றது புரியுதோன்னோ?" என்று எதிரில் உள்ளவர்களை பார்த்து கேட்டுக் கொண்டு இருக்க, அம்மா நாற்காலியில் அமந்தபடி வாழ்க்கையில் முதல் முறை இராமாயணம் கேட்பது போல் தலையாட்டிக் கொண்டு இருந்தாள். பெரியவருக்கு ஒரு அறுபது வயது இருக்கும், நினைவு தெரிந்த நாளில் இருந்து காலட்ஷேபம் செய்து கொண்டு இருப்பது போல் பட்டது. கதை கேட்பதில் ஏன் மனிதர்களுக்கு இத்தனை ஆர்வம். பல தடவை கேட்ட கதையை மறுபடியும் மறுபடியும் வேறு வேறு ஆட்கள் சொல்ல கேட்க வேண்டிய தேவை என்ன. "எப்பவும் இராம நாமா

சொல்லிண்டே இருக்கணும், கொழந்தேளுக்கு சொல்லிக் கொடுங்கோ!" என்று உபதேசம் காதில் விழுந்து கொண்டு இருந்தது. இரண்டு மணி நேரம் கதை கேட்பதும் சினிமா பார்ப்பதும் ஒன்றுதானோ? இந்த மனிதருக்கும் வாழ்கையின் பெரும் பகுதி இதே கதையை சொல்லிச் சொல்லி ஏன் அலுக்கவில்லை? இவர் ஏன் ஜீன்ஸும், டி ஷர்டும் அணிந்து கொண்டு கதை சொல்லக் கூடாது என்ற விசித்திரமான எண்ணம் மனதில் தோன்றியது. செல் போனும், காரும், இராமாயண காலத்தில் இல்லையே? கதை கேட்க வந்த எவரும் பஞ்சகஞ்சமும் அங்கவஸ்திரமும் அணிந்து கதை கேட்கவில்லையே?. இராமன் எவர் மேல் கோவம் கொள்வார், எவருக்கு அருள் புரிவார் என்று புரியவில்லை. போலீசும், ராணுவமும் அணியும் சீருடை போல் இதுவும் காலஷேப சீருடையோ?

"டி விய ஆப் பண்ணிடு, நாளைக்கு பாத்துக்கலாம்" என்ற படியே அம்மா எழுந்து சென்றாள். அவன், சேனல் மாற்றி எப்போதோ நடந்து முடிந்த கிரிக்கெட் போட்டியை மறுபடி பார்க்கத் தொடங்கினான்... சுவற்று நாள் காட்டியில் பட்டாபிஷேக கோலத்தில் இராமர் சிரித்துக் கொண்டு இருந்தார்.

18. குருடன் சபை

குருடன் சபை குறைகள் நிறைந்தது.

அறிஞர் அனைவரின் அறிவும் மழிந்தது.

மாமனின் சூழ்சி பலித்தது

கருவம் நூறு வகையாய் வளர்ந்தது.

அழிவை நோக்கி விரைவாய் நகர்ந்தது

மாதவம் மறைந்து இருந்தது

அழைப்புக்காக காத்து இருந்தது.

ஆட்டம் முடிந்தது, சூழ்ச்சி வென்றது.

தருமம் தம்பிகளோடு தலை குனிந்தது

குல விளக்கின் குரல் வளை நெரிந்தது

அரசர்கள் இப்போது அடிமைகள்

அரசியும் ஆனாள் தாசி.

இழுத்துவரப்பட்டாள், இகழப்பட்டாள்.

குல விளக்கு இப்போது குப்பைமேட்டில்,

கௌரவர் சபையில்.

ஜனநாயகம்

"ஜனநாயகம்", கடந்த சில நாட்களாக இந்த ஒரு வார்த்தை நாடு முழுவதும் மிக அதிகமாக பயன் படுத்தப்பட்டு வந்தது. வெகு ஜனம் எப்பொழுது நாயகன் ஆனான் என்பது இன்னும் எனக்கு விளங்கவில்லை. உலகத்தில் இதுவரை தோன்றிய எல்லா "இசம்" களையும் உற்று நோக்கிப் பார்த்தால், வெகு ஜன முன்னேற்றம், வெகு ஜன அக்கறை மற்றும் வெகு ஜன நலம் போன்றவைகளுக்காக பாடு படுவது போல் தோன்றினாலும், எதுவும் வெகு ஜன அக்கறை கொண்டு செயல் பட்டதில்லை. ஜனநாயகம் என்பது ஒரு வகையான கவர்ச்சி ஆட்டம். ஒரு வகையான ஊமைக் குத்து. பல கூத்தாடிகள் செய்யும் சர்க்கஸ் விளையாட்டு. கூத்தாடிகள் எண்ணிக்கை எப்பொழுதும் கை தட்டி ஆர்பரிக்கும் வெகு ஜனத்தை விட குறைவாகவே இருக்கும். இது நல்லதா, கெட்டதா என்பதற்கான ஒரு சரியான, தெளிவான பதில் சொல்வது கடினம். ஒரு பெரிய நிலப் பரப்பு 500 ஆண்டுகளாக அடிமைப் பட்டு அடிமை எண்ணம் புரையோடிப்போய் நிற்கின்ற

நிலைமைதான் இங்கு உள்ளது. வாழ்க்கையின் அருமை, உயிரின் பெருமை தெரியாமல் ஒரு வித அலட்சியமாக சோம்பேறித்தனத்துடன் அலையும் கூட்டமாகதான் இன்னும் இருக்கிறோம். அமெரிக்காவும், ஐரோப்பவும் முன்னேறி இருப்பதற்கு காரணம் கடந்துமூன்று தலைமுறை சந்தித்த உலகப் போர்கள். அந்த மக்கள் இன்று பெற்று இருப்பதை விட இழந்தது அதிகம். நம் நாட்டில் ஒழுங்கின்மை என்பது ஆள்பவன் முதல் ஆண்டி வரை பரவி உள்ளது. ரோட்டில் எச்சில் துப்புபவன், லஞ்சம் வாங்கினவன், சட்டத்தை மீறுவதை பெருமையாக நினைப்பவன், கோவில் சொத்தை கொள்ளை அடிப்பவன் இன்னும் பல ஒழுக்கமின்மைக்கு காரணம் "நமக்கெல்லாம் ஒன்றும் ஆகாது" என்கின்ற ஒரு அசாதிய துணிச்சல். மலத்தின் மேல் மொய்க்கும் ஈயை போலதான் நம் பொது வாழ்கை உள்ளது. நம் கண் எதிரே கொடுரமான போர்கள் நிகழ்ந்து கொண்டு இருக்கின்றது. இரண்டு அறிவிலிகளால் பலரது வாழ்கை சில தினங்களில் நிர்மூலமாகியது. இந்த தேசம் கடந்த நூறு வருடங்களில் எந்த ஒரு பெரிய போரையும் பார்த்ததில்லை. கண் மூடித்தனமாக குண்டு வீசி உயிர், உடைமை இழந்து அகதிகள் ஆனதில்லை. ஒரு கணம் கண் மூடி நினைத்துப் பார்க்கவே பயமாக உள்ளது. அப்படி ஒரு நிலைமை வந்தால் ஒழுக்கமற்ற ஒரு கூட்டம் எப்படி அந்த நேரத்தை எதிர் கொள்ள முடியும் என்பது பெரிய

கேள்விக் குறி. ஒரு சிறிய வெள்ளம் சூழ்ந்தபோதே இதன் அறிகுறிகள் தென்பட்டன. ஜனநாயக கடமையான வாக்களிப்பதையே தட்டிக் கழித்த சோம்பேறிகளும், காசு வாங்கிக்கொண்டு மாற்றி வாக்கு அளித்த வெகு ஜன நாயகர்களும் இன்னும் ஒரு முறை அடிமைத்தனத்தை நோக்கி கண்ணை கட்டிக் கொண்டு சென்று கொண்டுள்ளனர். அடிமைஇசம் என்று இதை அழைக்கலாம்...

௧௯. மிதிலை

கண்ணும் கண்ணும் கலந்துவிட்டன

கவிதை நெஞ்சில் மலர்ந்துவிட்டன

மிதிலை நகரம் தூங்கவில்லை

இத்தனை மகிழ்ச்சியில் ஆழ்ந்ததில்லை

வில்லை வளைக்க போட்டி இருந்தது

சிவனின் தனுசு பொறுமை இழந்தது

ஜனகன் மனம் போல் தவிப்பில் இருந்தது

அண்ணலின் கை பட காத்திருந்தது

வளைந்தது வில்,, நிமிர்ந்தனள் அவள்.

மகிழ்ச்சியில் மனம், பற்றியது கரம்.

இராமன் வாழ்வில் பெற்றான் வரம்.

மிதிலை நகரம் கருவமுற்றது

மருமகன் பெயர் சொல்லி சத்தமிட்டது.

மகளை பிரியும் நேரம் இது

உறவுகள் மலரும் காலம் இது

ஜனகன் மகளை ஒப்படைத்தான்

அத்தனை அன்பையும் அன்பளித்தான்

இறைவனை பரிசாய் பெற்றுவிட்டான்

கொஞ்சம் ஓய்வெடுக்க திட்டமிட்டான்

மழை

ஜூலை கடைசி வாரம் ஆகி விட்டது. இன்னும் தொடர்ச்சியாக நல்ல மழை பெய்தபாடில்லை. இன்று காலையில் இருந்து மேகங்கள் இருண்டு எந்த நிமிடமும் மழை வரலாம் என்று இருந்தது. ஜன்னல் ஓரம் சாய்வு நாற்காலி இட்டு, அமர்ந்து மழைக்காக காத்துக் கொண்டு இருந்தான் அவன். ஜன்னல் திறந்து இருந்துதால் சில் என்ற காற்று அறைக்குள் வந்து கொண்டு இருந்தது. ஒரு இலக்கு இல்லாமல் இருண்ட மேகங்களை வெறித்து பார்த்துக் கொண்டு மழைக்காக காத்துக் கொண்டு இருந்தான். எதிர்த்து இருந்த அடுக்கு மாடி குடி இருப்பில் நடுத்தர வயது பெண் ஒருவள் பால்கனியில் இருந்து தலையை நீட்டி மேகங்களை பார்த்துவிட்டு, உலர்த்தி இருந்த துணிகளை வேகமாக எடுக்கத் தொடங்கினாள். அறையின் கட்டிலில் ஓரமாய் படுத்து இருந்த அம்மா தலையை தூக்கி "மழை வருதா?" என கேட்டு விட்டு, அவனிடம் எந்த பதிலும் வராததால் திரும்பி படுத்துக் கொண்டாள். அம்மாவை திரும்பி பார்த்து விட்டு மறுபடியும

ஜன்னலுக்கு வெளியில் பார்க்க தொடங்கினான். லேசாக தூறல் விழத் தொடங்கியது, காற்றுடன் கலந்த சிறிய மழைத் துளிகள் அறைக்குள் நுழைந்தன. ஜன்னல் ஓரம் உட்காந்து இருந்தவன் முகத்திலும், உடையிலும் காற்றும், சில் என்ற மழைத் துளிகள் படர்வும் இதமாக இருந்தன. கொஞ்சம் கொஞ்சமாக, மழை காற்றுடன் வலுப் பெற்றது. சற்று நேரம் முன் இதமாக இருந்த மழை வலுப் பெற்று உடைகளை நனைக்கத் தொடங்கியதும், சட்டென்று கதவை இழுத்து மூடி, ஜன்னல் கண்ணாடி வழியே மழையை பார்க்கத் தொடங்கினான். மழைக்கு ஒன்றும் புரியவில்லை. அம்மாவை, மழை எப்போது நிற்கும், என்ற கவலை சூழ்ந்து கொண்டது.

20. அண்ணாமலை

ஆதி அந்தம் இல்லா அருட்கடல்

அண்ணாமலை எனும் அக்னிப் பெருங்கடல்

தேவார மூர்த்தி நீ, திருவாசகத் தேன் நீ

அம்பலவானன் நீ, அருட்பெரும் ஜோதி நீ

அழைக்கிறேன் உன்னை அருள் செய்ய வேண்டும்

துதிக்கிறேன் உன்னை துணை செய்ய வேண்டும்

ஆடிக் களித்தோம், வெறுமையில் கூடிக் களித்தோம்

அழகின்பின் ஓடிக் களைத்தோம், வீணே உறங்கிக் களைத்தோம்

ஓயாமல் பேசிக் களைத்தோம், வாழ்கை தொலைத்தோம்

சிவன் என்னை காண வேண்டும், சீக்கிரம் காக்க வேண்டும்

வேள்வி பூஜை எல்லாம் வெறும் வெட்டி வேலை ஆச்சு

ஊராற்கு காட்டும் உத்தம வேடம் ஆச்சு

சில்லறை செலவிட்டு சிவன் வாங்கும் வேலை
ஆச்சு

சிவனை அறியவில்லை போதை இன்னும்
தெளியவில்லை

மனது என்பது புரியவில்லை, மருந்தேதும்
தெரியவில்லை

பெண்ணாசை புரியவில்லை, புதிதாய் ஏதும்
நடக்கவில்லை

சாக்கடையில் உழன்றேன், சந்தனம் போல்
அணிந்தேன்

சிவன் என்னை அடையவேண்டும், சிந்தனை
தெளியவேண்டும்

ஊசி முனை அளவு போதும் உன்னருள்

உள்ளம் தெளிய இவ்வளவு போதும் திருவருள்

உடல் என்னும் தடை உடைய தேவை சிவன்
அருள்.

என்னை இழக்க வேண்டும், உன்னில் கலக்க
வேண்டும்.

உடல் செய்யும் பயணம் இனி இப்படித் தொடர
வேண்டும்.

அன்பே சிவம்...

நிஜம்

கண் விழித்த போது விடியல் காலை மூன்று மணி. எப்போது தூங்கப் போனேன் என்று தெரியவில்லை. ரொம்ப நேரம் தூக்கம் வராமல் புரண்டு கொண்டு இருந்து எப்போது அயர்ந்து தூங்கினேன் என்று தெரியவில்லை. அரசியலில் எல்லாம் எனக்கு தெரியும் என்று காய் நகர்த்திக் கொண்டு இருந்த போது, திடீர் என நேற்று வந்த செய்திதான் தூக்கமின்மைக்கு காரணம். திட்டமிட்டு இவ்வளவு நாள் சேர்த்த கூட்டம், சிதறிப் போக வேண்டும் என யாரோ திட்டமிட்டு கல் எறிந்து இருக்கிரார்கள். ஏன் என கண்டு பிடிக்க வேண்டும். நேரம் குறைவு. பொது வாழ்வில் இருப்பது சிரமம், டீ கடையில் தம் அடித்து விட்டு, "என்னப்பா, நியூஸ் பாத்தியா, இவ்ளோ நாளா என்ன என்னமோ சொன்னானுங்க, எவனையும் நம்ப முடியாது" என்று அரசியல் பேசுபவனை மடக்கி கேள்வி கேட்க முடியாது. நரம்பு புடைக்க பேசிய பேச்சும், அதைக் கேட்டு கை தட்டிய கூட்டமும் கேள்வி கேட்கும் முன் ஏதாவது சொல்லி திசை திருப்ப வேண்டும்.

தலைவர் என்று சொல்லிக் கொண்டு படத்தைக் காட்டி நான்தான் அவர் வாரிசு என்பது போல் காட்டிக் கொண்டு இவ்வளவு நாள் இருந்தது யாரையோ உருத்தி இருக்க வேண்டும்... தலைவர் உயிரோடு இருக்கிறார் என்கிற செய்தி பரவ காரணம் இதுதான். படிப்பறிவு இல்லாது உணர்ச்சி வசப்படும் கூட்டம், எதிர் அணியில் சேறுவதற்கு அதிக நேரம் ஆகாது. தீக்குளிப்பவனும், பேருந்தின் மீது கல் எறிபவனும், தலைவரின் உருவத்தை பச்சை குத்திக் கொள்பவனும், இலவசம் வாங்கி ஒட்டு போடுபவனும் எப்போதும் நம்ப முடியாத சோம்பேறிகள். இவர்களை எப்போதும் கட்டி வைக்க, உணர்ச்சி வசப்பட்ட நிலையில் வைத்திருக்க வேண்டிய அவசியம் உள்ளது. யோசித்துக் கொண்டு இருந்ததில் நேரம் போனதே தெரியவில்லை. காலை கடன் முடித்து, குளித்து, காலை சிற்றுண்டி முடித்து புறப்பட்டு விட்டேன். மறுபடியும் ஒரு எழுச்சிக் கூட்டம். இன்று என்ன சம்பவம் கதையாக சொல்ல வேண்டும், எதற்கு கை தட்டுவார்கள் என்பதை அறிந்து பேசவேண்டும். கிளம்புமுன் சட்டை பையில் இருந்து தலைவரின் படத்தை

எடுத்து அனைவரும் பார்க்கும் வண்ணம் கண்ணில் ஒற்றிக் கொண்டு மறுபடியும் உள்ளே வைத்துக் கொண்டேன். சில நிஜங்கள் கடவுளைப போல, வெளிப்படாதவரை எல்லோர்கும் உதவும். இன்று எனக்கும் உதவும்.

21. பாஞ்சாலி சபதம்

துரியோதனன்

ஐவரை வெல்ல வேண்டும், மாமா!

அவர் குலம் அழிக்க வேண்டும்

அதற்கு ஒரு வழி சொல் என்றான்.

சகுனி

போரிடத் தேவையில்லை, மருமகனே!

அவர்க்கு சூழ்சி வலை விரிப்பேன்

பகடைக்கு வீழ வைப்பேன், அவர்

தேவியை உனக்கு பரிசளிப்பேன்!

சகுனியும் கொக்கரித்தான்

கௌரவர் குலத்திற்கு குழி பறித்தான்.

திருதராஷ்டிரன்

சூதெதற்கு ஆட வேண்டும்?

சூழ்சி ஏன் செய்ய வேண்டும்?

அமைதி ஏன் குலைக்க வேண்டும்?

அழிவை ஏன் தேட வேண்டும்?

பாண்டவர்க்கு நாம் ஏன் இந்த பாவத்தைச் செய்ய வேண்டும்?

பேரிடர் நிகழும் முன்னே பிள்ளையை காக்க வேண்டும்.

பாவி சகுனியின் பிடியில் இருந்து சந்ததி மீள வேண்டும்.

ஆயிரம் கேள்விகள்,ஆசைகள் எழுந்தன மனதினுள்ளே.

ஆயினும் பிள்ளை பாசம் குருடனை தடுத்தது அங்கே.

இது,

அஸ்தினாபுரத்தை விட்டு அலைமகள் விலகும் நேரம்.

அறிஞர், பெரியோர் மேன்மை அடிபட்டு வீழும் நேரம்.

சகுனியை உலகம் சபிக்க போகும் நேரம்.

<u>விதுரன் தூது</u>

குருடன் ஆணை இட்டான், விதுரன்

தூது போக வேண்டும் என்று

மறுக்க முடியவில்லை, விதுரன்,

மனதில் வலிமை இல்லை.

எதிர்க்க முடியவில்லை, சகுனி,

என்னும் நஞ்சை முறிக்க முடியவில்லை.

கல்வி,ஞானம் பெற்று என்ன?

நாய்கள் கூட்டத்தை நாடி

இருந்துவிட்டான். விதுரன், அவரை

அண்டி உடல் வளர்த்தான்

பாண்டவர் நிலம் நோக்கி பாவத்தை ஏந்திச்
சென்றான்.

<u>தருமன் ஒப்புதல்</u>

விதுரன் சொன்ன சேதி வியப்பளிக்கவில்லை

அஸ்தினாபுரத்தில் எதுவும் மாறவில்லை

சூழ்ச்சி மாறவில்லை, கொண்ட பகையும்
மாறவில்லை

சகுனி மாறவில்லை, அவன் சதியும் மாறவில்லை

அழைப்பில் இருந்த சூழ்ச்சி தருமன் அறிந்து
கொண்டான்

தலைவிதியின் வேலை அதை தருமதேவன்

உணர்ந்தான்

அழைப்பை மறுத்துவிட்டால் அது தந்தையறை
அவமதிப்பதாகும்,

பகடை ஆட்டம்தானே கொஞ்சம் ஆடிவிட்டு
வருவோம்

பார்த்து விட்டு வருவோம், பகையை பதம் பார்த்து விட்டு வருவோம்

அழைப்பை ஏற்றுக் கொண்டோம், நாம் அஸ்தினாபுரம் வருவோம்.

எங்கள் ஐவர் வணக்கம் ஏற்பீர்!

அஸ்தினாபுரத்தில் சந்திப்போம் விரைவில்.

ஆடுகளம்

ஐவர் வந்தடைந்தர் அஸ்தினாபுரத்தை

அரசராக வந்தோர் அடிமையாகி நிற்பர்

அரசபைக்கு சென்று பரிசுகள் வழங்கி

அளவளாவி பெரியோர் அனைவரை வணங்கி

அன்னம் உண்டு சற்றே ஓய்வெடுத்த பின்னர்

சகுனி என்ற சனியன் சதியை துவக்கி வைத்தான்

"பகடை ஆடலாம் வா தருமா! பொழுதை போக்கலாம் வா!

போட்டி எல்லாம் சும்மா இது பொழுதை போக்கத் தானே!"

சகுனியின் அழைப்பை சற்றே மறுத்த தருமன்,

"பகடை ஆட்டம் அது பகை வளர்க்கும் ஆட்டம்

பகை விலக்கத் தானே நாம் முயற்சி செய்ய வேண்டும்

பந்தயம் வைத்து ஆடுதல் பகைவருக்குள்ளே நடக்கும்

சொந்தங்களுக்குள்ளே இந்த சூது ஏன் வேண்டும்?

பொழுதை போக்குதற்கு பல நல் உபாயம் உண்டு.

பகடை ஆட்டம் நாம் ஆடுதல் தருமமன்று!

சகுனி

பயந்து விட்டாய் தருமா! உன்னை அரசனென்று நினைத்தேன்!

வீரனென்று நினைத்தேன் ஆனால் எனக்கு வியப்பளித்து விட்டாய்

அளப்பரிய செல்வம், ஆள், அம்பு, சேனை

இந்த ஏழை மாமன் முன்னே இழக்க நீ கூடுமோ?

பயம் கொள்ள வேண்டாம், பகடை உருட்டுவோம் வா!

தருமம் தயங்கி சென்றது, சதியின் முன் தலை குனிந்தது.

அழிவு அனைவரையும் நன்றாய் அரவணைத்தது

தருமன் கருவம்

பகடை ஆட வந்தாய் மாமா ஆனால் பந்தயம் என்ன வைப்பாய்?

அரசனல்ல நீயும் அண்டி வாழ்பவன் தானே?

என் அளப்பறிய செல்வம் வைத்து ஆடுவேன் நான்.

என்ன செய்வாய்,? வெறும் பேச்சை நம்பி வந்தாய்.

<u>சகுனி</u>

கவலை வேண்டாம் தருமா, நானும் களம் இறங்கிவிட்டேன்.

என் மருமகன் பெற்ற செல்வம் எனது செல்வம் அன்றோ?

ஒன்று வைத்தால் அதன் முன் ஒன்பது வைத்தெடுப்பேன்

ஆடிப்போர்ப்போம் வா!அதிர்ஷ்ட்டத்தை தேடிப் பாப்போம் வா!

<u>விதி</u>

விதுர நீதி எல்லாம் விரயம் ஆனதிங்கே

பாட்டன் சொன்ன சொல்லை எவனும் கேட்கவில்லை.

உண்ட சோற்றை நினைந்து துரோணர் உதடும் திறக்க வில்லை.

அன்னை தந்தையை மதிக்கும் வழக்கம்

அஸ்தினாபுரத்தில் இல்லை

மனிதர் எல்லாம் சபையில் மதி இழந்து விட்டார்

பேய்கள் ஆகி விட்டார், பெற்ற பேரை இழந்து விட்டார்,

கற்ற கலை மறந்து விட்டார், களை இழந்து விட்டார்.

பேய்கள் ஆட்டம் தொடரும். பெரும் தீமை இங்கு விளையும்

பகடை இங்கு உருளும், பல தந்திரங்கள் நிகழும்

ஆட்டம்

ஆட்டத்தில் என்ன ஆச்சு?

ஐயோ! பொன்னும் பொருளும் போச்சு.

தருமன் பெற்ற புகழ் மெல்ல தரை தட்டலாச்சு.

அரசன் என்ற கருவம் உள்ளே அமைதி அடையலாச்சு.

ஆள், அம்பு, சேனை அத்தனையும் போச்சு.

ஆட்டதின் நிஜம் தருமனுக்கு புரியலாச்சு.

சகுனி போட்ட திட்டம் சகலர்க்கும் தெரியலாச்சு.

மாடிழந்து விட்டான் தருமன் வீடிழந்து விட்டான்.

நாட்டை வைத்து ஆட மடையன் முடிவு செய்து விட்டான்.

சகுனி பகடை உருட்டி விட்டான் மறுபடி சகுனி வென்று விட்டான்.

களை இழந்த தருமன் கவலை கொல்ல நின்றான்.

சகுனி தொடர்ந்து சொன்னான், "தருமா, தயக்கம் ஏன் உனக்கு?

தம்பி நால்வர் உளரே, அவர்மேல் உரிமை உனக்கு
உளதே,

இன்னும் என்ன தயக்கம், பந்தயம் வைத்தாடு
அவரை

இன்னும் முடியவில்லை ஆட்டம், ஒரு முறை
முயன்று பாரு நீயும்"

தருமன் சம்மதித்தான், தம்பியரை பணயம்
வைத்தான்

ஒருவர் ஒருவராக தோற்று தருமன் நான்குமுறை
உயிர் துறந்தான்

தம்பி நால்வர் போன பின்னே தன்னையும்
வைத்திழந்தான்

பணயம் வைக்க இனிமேல் ஆஸ்தி எதுவும்
இல்லை.

ஆட்டம் தொடர்வதில் அர்த்தமில்லை.

சகுனி விடுவதாய் இல்லை, இன்னும் எட்டவில்லை
எல்லை.

"பாஞ்சலி இன்னும் இருக்கின்றாள், தருமா!

அவளை பணயம் வைக்கலாமே?,

ஐவரை மீட்டெடுக்கும் சக்தி உண்டு அவளிடம்.

ஆடிப்பார் உன் அதிர்ஷ்டத்தைத் தேடிப்பர்
அவளிடம்"

சகுனி எறிந்த கடைசி அஸ்திரம் இது

பாரதப் போருக்கு இட்ட அஸ்திவாரம் இது.

பாண்டவர் கண் ஒளி இவள், இந்த பாரதத்தின் மருமகள்

கண்ணனுக்கு இளையவள், பராசக்திக்கு இணையவள்

கௌரவர்க்கு எமன் இவள், இந்த கவிதையின் கரு இவள்

"பணயம் வைத்தேன் எங்கள் தேவியை,உருட்டடா பகடையை"

என்றான் தருமனும்

பகடை உருட்டி விட்டான், பாவி சகுனி மறுபடி வென்று விட்டான்.

கண்ணன் கையில் சேலையோடு அஸ்தினாபுரம் விரைந்தான்.

அரச வாழ்வை இழந்து அடிமை ஆகி விட்டனர்,

குல விளக்கோடு இன்று குடி முழுகி விட்டனர்.

கௌரவர் சபையில் தலை குனிந்து நின்றனர்.

கேட்பதற்கு யாரும் இல்லை கேடுகெட்ட சபையிலே

குருடனோடு சபையில் இன்று செவிடர் நிறைய சேர்ந்தனர்.

அஸ்தினாபுறத்தின் பெருமை அஸ்தமனம் ஆனது

சகுனி செய்த சூது சகலரையும் அழித்தது.

இழுத்து வா! அடிமையை, ஐவரது மனைவியை.

அரசி அல்ல இனி, அவள் அடிமை இன்றுமுதல்."

ஆணையிட்டு துரியோதானன் அசிங்கமாய்ச் சிரித்தான்.

ஆணை ஏற்று காவலன் அந்தப்புறம் விரைந்தான்

அவையில் நடந்த அவலங்கள் அனைத்தும் விவரித்தான்

அரசனது ஆணை உடன்பட வேண்டும் என்றான்

அடிபட்ட நாகம் போல் அன்னை கோபம் கொண்டாள்

"அரசி நான். தாசி அல்ல, அவனிடம் சொல் என்றாள்

அடிமைக்கு பிறரை பணயம் வைக்கும் உரிமை இல்லை.

எவனது ஆணையும் நான் ஏற்பதற்கு இல்லை.

இது என் ஆணை, நீ போகலாம்" என்றாள்.

அழிவை அழைத்து அழகு பார்க்கும் நேரம்

வீழ்வை நாடே விரும்பி ஏற்கும் நேரம்

அன்னை பதிலை கேட்டு அற்பன் கொந்தளித்தான்

"தம்பி துச்சாதனா,! இழுத்து வா அவளை!

அடிமைகளின் அழகை, இழுத்து வா அவளை!"

அண்ணன் ஆணை இட்டான்,

துஷ்டன் துச்சாதனன் பாவம் செய்யத் துணிந்தான்.

துஷ்டன் செய்த கொடுமை சொல்ல வார்தை இல்லை

பெண்ணின் மனதை அறியவில்லை

அவளின் துன்பம் தெரியவில்லை

அலறல்,கதறல் எதுவும் கேட்கவில்லை

அன்னை கூந்தல் பற்றி அற்பன் இழுத்து வந்தான்

பாண்டவர் பெற்ற பரிசை சபை நடுவே எறிந்தான்.

நீதி கேட்டு அழுது நிலைகுலைந்து நின்றாள்

கண்ணனை தன் அண்ணனை அழைத்தாள்

அழுது முறை இட்டாள், தன் நிலைமை தெரிவித்தாள்

"பாவியர் இந்தப் பாண்டவர் என்னை சூதிலே இழந்தனர்.

பேடிகள் கூட்டம் என்னை தாசி என்று இகழ்ந்தனர்.

அன்பு செய்த அனைவரும் அடிமைகள் ஆயினர்.

துச்சாதனன் என் துகில் உருவ துடிக்கிறான்.

என் மானம் காக்க வேண்டும், மாசு நீங்க வேண்டும்"

ஓம் நமோ நாராயணா என்று ஓலமிட்டு அழைத்தாள்.

தன்னை மறந்தாள். அந்த மாயனில் கலந்தாள்.

அழைத்ததும் அருள் கிடைத்தது, அருளுடன்

ஆடையும் வளர்ந்தது

துச்சாதனன் தோளும் தகர்ந்தது

கௌரவர் ரத்தம் அச்சத்தில் உறைந்தது.

பாஞ்சாலியின் தூய்மை பன்மடங்கானது.

பாஞ்சாலி மெல்ல வாய் திறந்தாள்

பார்த்தசாரதிக்கு நன்றி தெரிவித்தாள்

கோபத்தின்   எல்லை   தொட்டாள்,   பெரும்
கூச்சலிட்டாள்.

"ஆண்களின் சபை அல்ல இது அலிகளின் கூட்டம்.

பெண்ணின்   மானம்   காக்க   முடியா   பேடிகளின்
கூட்டம்.

குருடன் அரசாளும் கூனர்கள் கூட்டம்.

இது குல வதுவை கூவி விற்ற கூட்டம்.

பாஞ்சாலி அல்ல இனி பத்ரகாளி நான்

கௌரவர் குலத்திற்கு சாவு மணி நான்

அக்னியின் மகள் எனக்கு எல்லை இனி இல்லை

ஆண் வர்கத்தின் மேல் இனி நம்பிக்கை இல்லை

பாண்டவர்   ஐவர்க்கு   இனி   நான்   பத்தினியும்
இல்லை.

அழிவின் தொடக்கம் இது, இனி அமைதி என்பது
இல்லை.

கூந்தல் முடியவில்லை, இவள் கோபம்
குறையயவில்லை.

துஷ்டன் துரியோதனன் தொடை பிளக்க வேண்டும்

பாவி துச்சாதனன் தோள் முறிக்க வேண்டும்

பாவிகள் குறுதியில் என் கூந்தல் நனைய
வேண்டும்.

குருடனின் குலம் நாசமாடைய வேண்டும்.

மதி இழந்த பெரியோர் மாண்டு போக வேண்டும்."

பாஞ்சாலி சபதமிட்டாள்,

தனியாய் சபை விட்டு அகன்றாள்.

22. ஆசை

முத்தமிட ஆசை,

அம்மா!

என்று சத்தமிட ஆசை.

எட்டித் தொட்டு விட ஆசை.

தோளில் தொற்றிக்கொள்ள ஆசை

தொட்டில் விட்டு இறங்கிவிட ஆசை

மருத்துவச்சி தலையில் குட்டு விட ஆசை

தூக்கி கொஞ்ச வரும் சுற்றம்

விலகி நிற்க ஆசை

அப்பாவின் கொஞ்சல் எல்லாம்

அள்ளிக்கொள்ள ஆசை.

என் இஷ்டம் போல் பெயர் இட்டுக்கொள்ள
ஆசை

ஆணா பெண்ணா அலியா என்றறிந்து கொள்ள
ஆசை

காதில் விழும் சத்தம் புரிந்து கொள்ள ஆசை

கருவறையில் பெற்ற சுகம் இனி

தொடரும் என ஆசை.

காதில் விழும் சத்தம் புரிந்து கொள்ள ஆசை

கருவறையில் பெற்ற சுகம் இனி

தொடரும் என ஆசை.

23. ஹரே கிருஷ்ணா

கண்ணனை கண்டு கொண்டேன்

கவிதையில் கொண்டு வந்தேன்

வெண்ணையை உண்ட கண்ணன்

யசோதையின் செல்லம் கண்ணன்

ராதையின் மன்னன் கண்ணன்

பாஞ்சாலியின் அண்ணன் கண்ணன்

அர்ஜுனன் பெற்ற நல் ஆசான் கண்ணன்

நல் சூழ்ச்சியில் மன்னன் கண்ணன்

கருமையின் பெருமை கண்ணன்

விதுரனின் அடிமை கண்ணன்

கோகுலச் செல்வம் கண்ணன்

எங்கும் நிறைந்தவன் கண்ணன்

அழைப்பவற்கு அருளும் கண்ணன்

குசேலேனின் அன்பு நண்பன்

குழல் இனிமை எல்லாம் கண்ணன்

கோபியர் கொஞ்சும் கள்வன்

சகுனியின் பகடை கண்ணன்

கௌரவர் துரோகம் கண்ணன்

கர்ணனின் தானம் கண்ணன்

குந்தியின் சோகம் கண்ணன்

பீஷ்மிரின் மோகம் கண்ணன்

காந்தாரியின் சாபம் கண்ணன்

மழலையின் மொழியில் கண்ணன்

முதுமையின் உளறல் கண்ணன்

ஆண்,பெண்,அலியாய் கண்ணன்

அனைத்து ஞானியர் ஒளியிலும் கண்ணன்

செயல் செய்ய சொன்னவன் கண்ணன்

விளைவின் கவலை வேண்டாம் என்றவன்

பக்தி ஒன்றே போதும் என்றவன்

வேதத்தின் வடிவம் கண்ணன்

பஞ்ச பூதத்தின் ரூபம் கண்ணன்

கீதையின் சாரம் கண்ணன்

நல்லதும் கெட்டதும் கண்ணன்

முன்,பின்,முரண் அனைத்தும் கண்ணன்

குசேலன் ஏழ்மை தீர்த்தான்

பாஞ்சாலி மானம் காத்தான்

பாண்டவர்க்கு தூது சென்றான்

விதுரன் அளித்த விருந்தை ஏற்றான்

பாரதப் போர் தொடுத்தான்

தீயவர் கதை முடித்தான்.

அங்கும் இங்கும் அலைய வேண்டாம்

கண் மூடி அழைத்தால் வருவான்

ஹரே கிருஷ்ணா என்று சொன்னால் போதும்

குழல் இசை மனதில் கேட்கும்

வெண்ணை உண்ண வருவான் கண்ணன்

லீலை செய்ய வருவான் கண்ணன்

மாயனை பிடித்து வைப்போம்

மனதுளே அடைத்து வைப்போம்

பக்தியால் பூட்டி வைப்போம்

துளசி மாலையில் கட்டி வைப்போம்

ஹரே கிருஷ்ணா, ஹரே கிருஷ்ணா

24. முதல் காதல்

கண்ணான கற்பகமே,

நான் கண்டெடுத்த அற்புதமே,

ஒத்த ஜடை ஓவியமே

நான் தெனம் ரசித்த காவியமே,

கை பிடித்து நீ நடக்க,

நம்பிக்கை நான் கொடுக்க,

காற்றில் நம் பேச்சு சலசலக்க,

நேரம் மறந்து கலந்து இருந்த,

காலங்கள் பற்றி என்ன சொல்ல.

காலங்களுக்கு நரை விழுந்து,

கண்களிலே திரை விழுந்து,

முதுகு தண்டு முன் வளைந்து,

மூப்படைந்து முடங்கினாலும்.

முதல் காதல் முடிவதில்லை.

நினைவுக்கு வயதில்லை.

ஆசைக்கு அளவில்லை

25. பழைய கவிதை

முதல் முதல் உன்னை பார்க்கிறேன்.

முழுவதும் என்னை தோற்கிறேன்.

எனை முழுவதும் கொண்டு செல்லடி.

உன் மூச்சுக் காற்றாய் மாற்றடி.

என் இதயத்தில் இதமாய் தடம் பதித்தாய்.

என் கனவிலும் கூட இடம் பிடித்தாய்.

என் உணர்விற்கு இப்போ வடம் பிடித்தாய்.

என் வாழ்கையில் வசந்தம் வரவழைத்தாய்.

பழைய கவிதை கண்ணில் பட்டது

மறந்த நினைவுகள் தட்டுப்பட்டது

வசந்தத்தில் கொஞ்சம் எனை மறந்தேன்

வாழ்கையில் சற்றே தடம் புரண்டேன்

வயதுக்கு மீறி அடம் பிடித்தேன்.

மிகவும் விரைவாய் தலை நரைத்தேன்

என் கனவுகள் இப்போ அதிகமாச்சு

"

அதில் நீ வரும் கனவுகள் குறைந்து போச்சு
வாழ்கையின் தேவைகள் மாறிப்போச்சு
உன் நினைவுகள் இப்போ மங்கலாச்சு.
மறுபடி பார்க்கும் நிலை வரலாம்
மனதுக்குள் மீண்டும் மழை வரலாம்
மழைத் துளி கண்ணில் வெளி வரலாம்
அதை கடந்து போகும் திடம் வரலாம்.
நினைவை இப்போ நிறுத்திப் போட்டேன்
நிஜத்தில் மெல்ல கரைந்து போனேன்.

26. அவதாரம்

மாலை நேரம்,

அவதாரம் அரும்பும் நேரம்.

தூணும் துரும்பும் போட்டி இட்டன

இறைவனை பிரசவிக்க காத்திருந்தன

இரணியன், தன்னை இறைவன் என்றவன்

அரக்கன் உருவெடுத்த துவாரபாலகன்.

பிரஹலாதன், இரணியன் பிள்ளை.

இறைவன் அவனுக்கு அருளிய நன்மை.

இறைவனுக்கு இம்முறை வேலை அதிகம்

முதல் முறை தேவை இரட்டை வேடம்

காலம் காலமாய் தொடரும் கேள்வி

விடை தெரியாமல் தவிக்கும் கேள்வி

எங்கே இறைவன்? என்ற கேள்வி.

இரணியன் குழந்தையை கேட்ட கேள்வி

எங்கும் இறைவன், தூணிலும் இறைவன்

துரும்பிலும் இறைவன், எங்கும் நிறைந்தவன்

குழந்தை பதிலில் ஐயம் இல்லை

அரக்கனை கண்டு அச்சமும் இல்லை.

அரக்கன் கொஞ்சம் அச்சமுற்றான்

சிங்கத்தை சீண்ட திட்டமிட்டான்

தூணை உதைத்து சத்தமிட்டான்

தூண் முதல் முறை பிரசவித்தது

நரசிம்மம் புவியில் பிரவேசித்தது

27. அனுமன்

அனுமன் அழகன் அஞ்சனி புதல்வன்

தொண்டருள் சிறந்தவன் ராம தூதன்

இடர்களை களையும் இவனின் நாமம்

உணர்ந்து அழைக்க உண்மை விளங்கும்

மனம் என்றும் நிலை இல்லாதது

குரங்கை போன்று அலைந்து திரிவது

அனுமன் ரூபம் குரங்கின் வடிவம்

அன்புடன் வணங்க மனதும் அடங்கும்

தன் பலம் அனைத்தும் அறிந்து தெளிந்தவன்

காற்றின் மகன் இவன் கருவம் அற்றவன்

இராமனும் அனுமனை பிரிந்ததில்லை

இராம நாமமே அனுமனின் எல்லை

நோய் தரும் துன்பம் நீக்கிக் காப்பவன்

இலக்குவன் இதனை நன்கு உணர்ந்தவன்

மனநோய்க்கும் மருந்தாய் இருப்பவன்

இராமனின், சீதையின் மனத்துயர் துடைத்தவன்

பேயும் பூதமும் நம்முடன் பிறந்தவை

மனதின் உள்ளே ஒளிந்து கிடப்பவை

அனுமன் நினைவு அற்புதம் நடத்தும்

இலங்கா தகனம் நம்முள் நடக்கும்

அனுமனை பணிவோம் அமைதி அடைவோம்!

28. காலத்தின் எல்லை

மாண்டவர் என்றும் மறைவதில்லை.

அவர் நினைவுகள் என்றும் அழிவதில்லை.

நினைவுகள் என்றும் நிரந்தரம்.

காலங்கள் கடந்து நிலைத்திடும்.

உடல் என்பது தினமும் உறுமாரும்.

நரை, திரை என தினம் கரை ஏறும்.

ஒரு பிடி சாம்பலாய் உறுமாறும்.

நினைவுகள் தீயில் எறிவதில்லை.

கண்களில் நீர்த் துளி வடிவதில்லை.

இது மட்டும் ஏனோ புரிவதில்லை.

வாழும் போதும் தெரிவதில்லை.

ஆண், பெண், அலி என ஆடிய ஆட்டம்.

அனைத்தும் அலசிப்பார்க்கும் கூட்டம்.

நினைவுகள் என்றும் அழிவதில்லை.

உடல் என்பது காலத்தின் எல்லை.

29. மரணம்

தேடிச் சலித்த மனம்.

ஓடிக் களைத்த உடல்.

ஆசை அடங்கிய நிலை

கூட்டம் விட்டு விலகிய தினம்

மகிழ்ச்சியில் சிலரது மனம்

மற்றதில் சிலரது மனம்

தேவை கருதிச் செய்த சேவை

தேவை இன்றிப் போன தருணம்.

மரணம்,

காற்றில் கலந்த நினைவு.

சாம்பலான உறவு.

மெல்ல மறக்கும் நிகழ்வு.

30. செய்தி

காற்றுக்கும் காதல் வரும்

வண்டோடு மோதல் வரும்

மலர்களுக்கும் மையல் வரும்

வாசமெல்லாம் காற்றின் வசம்

வண்டு மலர்த் தேனின் வசம்

மகிழ்ச்சி இன்னும் மலர்கள் வசம்

கொடுப்பதும், இழப்பதும்

இரண்டிலும் மகிழ்வதும்

சிரித்த படியே கடந்து செல்வதும்

மலர்கள் எனக்குச் சொன்ன

இன்றைய செய்தி.

9 798897 245291